TRANZLATY

Language is for everyone

Ngôn ngữ dành cho tất cả mọi người

The Call of Cthulhu

Lời Kêu Gọi của Cthulhu

H.P. Lovecraft

English
Tiếng Việt

www.tranzlaty.com

The Horror Made of Clay
Nỗi kinh hoàng làm bằng đất sét

There is one thing I find particularly merciful.
Có một điều mà tôi thấy đặc biệt nhân từ.
The inability of the human mind to correlate events.
Sự bất lực của trí óc con người trong việc liên kết các sự kiện.
It's a blessing that we can't understand the world.
Việc chúng ta không thể hiểu hết thế giới lại là một điều may mắn.
We live blissfully on a placid island of ignorance.
Chúng ta đang sống một cuộc sống hạnh phúc trên một hòn đảo bình yên của sự ngu dốt.
An island in the midst of black seas of infinity.
Một hòn đảo giữa biển đen vô tận.
And it was not meant that we should voyage far.
Và chúng ta vốn không có ý định đi một chuyến hành trình xa xôi.
The sciences each strain in their own directions.
Mỗi ngành khoa học đều phát triển theo những hướng riêng biệt.
But hitherto science's findings have harmed us little.
Nhưng cho đến nay, những phát hiện của khoa học hầu như không gây hại gì cho chúng ta.
But some day dissociated knowledge will be pieced together.
Nhưng rồi một ngày nào đó, những kiến thức rời rạc này sẽ được ghép lại với nhau.
Terrifying vistas of reality will open up to us.
Những viễn cảnh hiện thực đáng sợ sẽ mở ra trước mắt chúng ta.
And we will be left in a frightful vantage point.
Và chúng ta sẽ rơi vào một tình thế đáng sợ.
We will either go mad from the revelation we are given.
Chúng ta hoặc sẽ phát điên vì những điều được tiết lộ.
Or we will flee from the deadly light that we will see.

Hoặc chúng ta sẽ chạy trốn khỏi ánh sáng chết chóc mà chúng ta sẽ nhìn thấy.

We will run from the knowledge we had always pursued.
Chúng ta sẽ trốn tránh tri thức mà mình luôn theo đuổi.

And we will seek the peace and safety of a new dark age.
Và chúng ta sẽ tìm kiếm hòa bình và an toàn trong một kỷ nguyên đen tối mới.

Theosophists have guessed at the scale of the cosmos.
Các tín đồ Thuyết Thần học đã đưa ra những phỏng đoán về quy mô của vũ trụ.

Our world is but a transient incident in this cycle.
Thế giới của chúng ta chỉ là một hiện tượng thoáng qua trong vòng tuần hoàn này.

The human race plays but a little role in the universe.
Loài người chỉ đóng một vai trò nhỏ bé trong vũ trụ.

The theosophists have hinted at strange methods of survival.
Những người theo thuyết thần học đã ám chỉ đến những phương pháp sinh tồn kỳ lạ.

But their suggestions would freeze a rational man's blood.
Nhưng những đề xuất của họ sẽ khiến một người lý trí phải rùng mình.

Only the optimism of their ideas hides the horror.
Chỉ có sự lạc quan trong những ý tưởng của họ mới che giấu được sự kinh hoàng.

But it is not their ideas that chill me the most.
Nhưng điều khiến tôi rùng mình nhất không phải là những ý tưởng của họ.

It is something else that fills me with terror.
Có một điều khác khiến tôi kinh hãi.

The single glimpse of forbidden eons I have seen.
Đây là thoáng nhìn duy nhất về những kỷ nguyên bị cấm đoán mà tôi từng được chứng kiến.

When I think of what I saw my blood stands still.
Mỗi khi nghĩ lại những gì mình đã thấy, máu trong người tôi như ngưng đọng.

Restlessness plagues my dreams since that glimpse.

Kể từ cái nhìn thoáng qua đó, sự bồn chồn ám ảnh giấc mơ của tôi.

It came to me like all dreaded glimpses of truth.

Nó đến với tôi như một thoáng nhìn đáng sợ về sự thật.

An accidental piecing together of separated things.

Sự kết hợp ngẫu nhiên của những vật thể bị tách rời.

An old newspaper item and the notes of a dead professor.

Một mẩu tin cũ và ghi chép của một giáo sư đã khuất.

In a flash everything was pieced together before me.

Mọi chuyện vụt sáng trước mắt tôi trong chớp mắt.

I hope no one else will accomplish this terrible insight.

Tôi hy vọng sẽ không ai khác có được nhận thức khủng khiếp này.

Certainly, if I live, I shall never help anyone to know it.

Chắc chắn rồi, nếu tôi còn sống, tôi sẽ không bao giờ giúp ai biết được điều đó.

I shall never knowingly supply a link in so hideous a chain.

Tôi sẽ không bao giờ cố ý trở thành một mắt xích trong chuỗi tội ác ghê tởm như vậy.

I think that the professor, too, intended to keep silent.

Tôi nghĩ rằng vị giáo sư cũng có ý định giữ im lặng.

He didn't mean to share the secrets that he knew.

Anh ta không hề có ý định tiết lộ những bí mật mà anh ta biết.

And I'm sure he would have destroyed his notes.

Và tôi chắc chắn rằng ông ấy sẽ tiêu hủy hết những ghi chép của mình.

If he had not been seized by sudden and suspicious death.

Nếu ông ta không bị cướp đi sinh mạng một cách đột ngột và đáng ngờ.

***

My knowledge of the thing began in the winter of 1926-27.

Tôi bắt đầu biết đến chuyện này vào mùa đông năm 1926-27.

My great-uncle was the professor George Gammell Angell.

Bác ruột của tôi là giáo sư George Gammell Angell.

He was the Professor Emeritus of Semitic languages.

Ông là Giáo sư danh dự về ngôn ngữ Semitic.

He lectured in Brown University, Providence, Rhode Island.

Ông từng giảng dạy tại Đại học Brown, Providence, Rhode Island.

His death, at the age of ninety-two, triggered the event.

Cái chết của ông ở tuổi chín mươi hai đã châm ngòi cho sự kiện này.

He was widely known as an authority on ancient inscriptions.

Ông được biết đến rộng rãi như một chuyên gia về các văn khắc cổ.

Heads of prominent museums came to him for his expertise.

Giám đốc các bảo tàng nổi tiếng đã tìm đến ông để nhờ tư vấn chuyên môn.

So his death was noticed by many within academic circles.

Vì vậy, cái chết của ông đã được nhiều người trong giới học thuật chú ý.

Interest was intensified by the obscurity of his death.

Sự bí ẩn về cái chết của ông càng làm tăng thêm sự quan tâm.

It occurred as he was disembarking from the Newport boat.

Sự việc xảy ra khi ông ấy đang xuống tàu ở Newport.

Witnesses say a dark nautical-looking fellow had jostled him.

Các nhân chứng cho biết một người đàn ông da ngăm đen, trông có vẻ là thủy thủ, đã xô đẩy anh ta.

After being stricken, he fell suddenly, witnesses say.

Theo lời các nhân chứng, sau khi bị tấn công, ông ta đột ngột ngã xuống.

Physicians were unable to find any visible disorder.

Các bác sĩ không tìm thấy bất kỳ dấu hiệu bất thường nào.

After some perplexed debate they reached their conclusion.

Sau một hồi tranh luận đầy bối rối, họ đã đi đến kết luận.

"It must have been a lesion of the heart," they agreed.

"Chắc hẳn đó là một tổn thương ở tim," họ đồng ý.

"After all, he was rather an elderly man," they added.

"Dù sao thì ông ấy cũng đã khá lớn tuổi rồi," họ nói thêm.

"the brisk ascent of the steep hill caused his end."

"Việc leo dốc nhanh chóng đã dẫn đến cái chết của ông ấy."
At the time I saw no reason to dissent from this dictum.
Vào thời điểm đó, tôi không thấy lý do gì để phản đối quan điểm này.
But latterly I am inclined to wonder about their conclusion.
Nhưng gần đây tôi lại có xu hướng nghi ngờ về kết luận của họ.
And I do more than just wonder if they were right.
Và tôi không chỉ đơn thuần tự hỏi liệu họ có đúng hay không.

***

My grand-uncle died alone as a childless widower.
Ông chú tôi qua đời một mình, không có con cái.
And so I became heir and executor to his possessions.
Và vì thế tôi trở thành người thừa kế và người quản lý tài sản của ông ấy.
So I was expected to go over his papers and writings.
Vì vậy, tôi được yêu cầu xem xét các giấy tờ và bài viết của ông ấy.
I moved his entire set of files and boxes to my Boston home.
Tôi đã chuyển toàn bộ hồ sơ và hộp tài liệu của anh ấy về nhà tôi ở Boston.
Much of the materials I collected will later be published.
Phần lớn tài liệu tôi thu thập được sẽ được xuất bản sau này.
Many academics in his field took great interest in his work.
Nhiều học giả trong lĩnh vực của ông rất quan tâm đến công trình nghiên cứu của ông.
The American archeological society relied on him greatly.
Hiệp hội khảo cổ học Mỹ đã dựa vào ông rất nhiều.
But there was one box which I found exceedingly puzzling.
Nhưng có một chiếc hộp khiến tôi vô cùng khó hiểu.
I felt much averse from showing these files to other eyes.
Tôi cảm thấy rất ngại khi phải cho người khác xem những tập tin này.
The box had been locked, unlike the other boxes.
Chiếc hộp này bị khóa, khác với những chiếc hộp khác.

And initially I found no key that would open this box.
Ban đầu tôi không tìm thấy chìa khóa nào có thể mở được chiếc hộp này.
But then the location of the key occurred to me.
Nhưng rồi tôi chợt nhớ ra vị trí của chiếc chìa khóa.
The professor always carried a keyring in his pocket.
Vị giáo sư luôn mang theo một chùm chìa khóa trong túi.
It was indeed one of these keys that opened the box.
Quả thật, chính một trong những chiếc chìa khóa đó đã mở được chiếc hộp.
But in the box was a still more closely locked barrier.
Nhưng bên trong chiếc hộp còn có một rào cản được khóa chặt hơn nữa.
What could be the meaning of the queer bas-relief?
Bức phù điêu kỳ lạ này có thể mang ý nghĩa gì?
Various paper cuttings accompanied the bas-relief.
Nhiều tác phẩm cắt giấy được dùng kèm với bức phù điêu.
What did the disjointed jottings and ramblings allude to?
Những ghi chép và suy nghĩ rời rạc đó ám chỉ điều gì?
Had my uncle become credulous to superficial impostures?
Phải chăng chú tôi đã trở nên cả tin trước những lời hứa hão huyền?
Perhaps in his later years his criticalness thought slowed.
Có lẽ trong những năm cuối đời, tư duy phản biện của ông đã chậm lại.
Someone had disturbed this old man's peace of mind.
Ai đó đã làm xáo trộn sự yên bình của ông lão này.
And so I resolved to locate the eccentric sculptor.
Vì vậy, tôi quyết định tìm kiếm nhà điêu khắc lập dị đó.
The man who set in motion my uncle's strange obsession.
Người đàn ông đã khơi mào cho nỗi ám ảnh kỳ lạ của chú tôi.

****

The bas-relief was roughly shaped like a rectangle.
Bức phù điêu có hình dạng gần giống hình chữ nhật.
The rectangular shape was less than an inch thick.

Hình chữ nhật đó có độ dày chưa đến một inch.

And the bas-relief was about five by six inches in area.

Và bức phù điêu đó có diện tích khoảng năm nhân sáu inch.

It was obvious that the bas-relief was of modern origin.

Rõ ràng là bức phù điêu này có nguồn gốc hiện đại.

The designs, however, were far from modern in atmosphere.

Tuy nhiên, các thiết kế này lại mang đậm phong cách thiếu hiện đại.

The inscriptions suggested a far older civilization.

Các dòng chữ khắc cho thấy một nền văn minh cổ xưa hơn nhiều.

The vagaries of cubism and futurism were many and wild.

Những biến tấu của trường phái lập thể và trường phái vị lai rất đa dạng và khó đoán.

But normally such patterns fail to produce regularity.

Nhưng thông thường những khuôn mẫu như vậy không tạo ra tính quy luật.

The cryptic regularity which lurks in prehistoric writing.

Sự đều đặn khó hiểu ẩn chứa trong chữ viết thời tiền sử.

This regularity was certainly present in the bas-relief.

Tính đều đặn này chắc chắn đã được thể hiện trong bức phù điêu.

I was certain the inscriptions represented a writing system.

Tôi chắc chắn rằng những dòng chữ khắc đó đại diện cho một hệ thống chữ viết.

I had some familiarity with the papers of my uncle.

Tôi đã có một số hiểu biết nhất định về các giấy tờ của chú tôi.

And I had looked through all of his collections and works.

Tôi đã xem qua tất cả các bộ sưu tập và tác phẩm của ông ấy.

But I failed to find any writing that was similar.

Nhưng tôi không tìm thấy bất kỳ bài viết nào tương tự.

I could not geographically place this alphabet in any way.

Tôi không thể xác định vị trí địa lý của bảng chữ cái này theo bất kỳ cách nào.

Nor could I guess from what time this writing came from.

Tôi cũng không thể đoán được văn bản này được viết vào thời điểm nào.

Above these apparent hieroglyphics there was a figure.

Phía trên những ký hiệu tượng hình rõ ràng này là một hình vẽ.

The figure was evidently only of pictorial intent.

Hình vẽ đó rõ ràng chỉ mang tính chất minh họa.

The impressionism of the picture added to the mystery.

Phong cách hội họa ấn tượng của bức tranh càng làm tăng thêm vẻ bí ẩn.

No clear idea of the creature's nature could be discerned.

Không thể xác định rõ bản chất của sinh vật đó.

The creature seemed to be a monster, of some sort.

Sinh vật đó dường như là một con quái vật nào đó.

Or the symbol represented a monster, of some sort.

Hoặc biểu tượng đó có thể đại diện cho một con quái vật nào đó.

Only a diseased mind could conceive of such a form.

Chỉ có một tâm trí bệnh hoạn mới có thể nghĩ ra hình dạng như vậy.

My imagination yielded different pictures simultaneously.

Trí tưởng tượng của tôi đồng thời tạo ra nhiều hình ảnh khác nhau.

But my imagination may also be somewhat extravagant.

Nhưng trí tưởng tượng của tôi cũng có thể hơi phóng đại.

An octopus, a dragon, and also a human caricature.

Một con bạch tuộc, một con rồng, và cả một bức tranh biếm họa về con người.

I shall try not be unfaithful to the spirit of the thing.

Tôi sẽ cố gắng không đi ngược lại tinh thần của vấn đề.

A pulpy, tentacled head surmounted a scaly body.

Một cái đầu mềm nhũn, đầy xúc tu nằm trên một thân hình có vảy.

Rudimentary wings protruded from the grotesque shape.

Đôi cánh thô sơ nhô ra từ hình dạng kỳ dị đó.

But the shape of the monster wasn't even the worst part.

Nhưng hình dạng của con quái vật thậm chí còn không phải là điều đáng sợ nhất.

The background of the picture was even more frightening.

Bối cảnh của bức ảnh thậm chí còn đáng sợ hơn.

The scenery had a vague suggestion of another civilization.

Khung cảnh nơi đây mang một chút dấu ấn của một nền văn minh khác.

Cyclopean architecture from a forgotten part of the world.

Kiến trúc khổng lồ từ một vùng đất bị lãng quên trên thế giới.

***

Only some notes and press cuttings accompanied the oddity.

Chỉ có một vài ghi chú và bài báo đi kèm với vật thể kỳ lạ này.

The press cuttings seemed to be only vaguely related.

Các bài báo dường như chỉ có mối liên hệ mơ hồ.

The hand written notes were all from my uncle.

Những ghi chú viết tay đó đều là của chú tôi.

But his notes made no pretense to any literary style.

Nhưng những ghi chép của ông không hề cố gắng bắt chước bất kỳ phong cách văn chương nào.

There was no ordering mechanism to any of the papers.

Không có cơ chế sắp xếp nào cho bất kỳ bài báo nào.

Although there seemed to be a master document to the notes.

Mặc dù dường như có một tài liệu chính thống cho các ghi chú.

This document was ascribed to the cult of Cthulhu

Tài liệu này được cho là thuộc về giáo phái Cthulhu.

The word's letters had been painstakingly written out.

Các chữ cái của từ đó đã được viết ra một cách tỉ mỉ.

There should be no erroneous reading of the unheard of word.

Không nên có bất kỳ sự hiểu sai nào đối với những từ ngữ chưa từng được nghe đến.

This Cthulhu manuscript was divided into two sections;

Bản thảo Cthulhu này được chia thành hai phần;

The first manuscript was titled the following:

Bản thảo đầu tiên có tiêu đề như sau:

"1925 - Dream and Dream Work of H. A. Wilcox"

"1925 - Giấc mơ và công việc liên quan đến giấc mơ của HA
Wilcox"
"7 Thomas St., Providence, Road Island"
"Số 7 đường Thomas, Providence, Road Island"
And the second manuscript was titled the following:
Và bản thảo thứ hai có tiêu đề như sau:
"Narrative of Inspector John R. Legrasse"
"Tự truyện của Thanh tra John R. Legrasse"
"121 Bienville St., New Orleans, 1908 Meetings."
"121 Bienville St., New Orleans, Các cuộc họp năm 1908."
"Notes on Same, & Prof. Webb's account of events"
"Ghi chú về Same và tường thuật của Giáo sư Webb về các sự
kiện"
The other manuscript papers were all brief notes.
Các bản thảo khác đều là những ghi chú ngắn gọn.
**Some manuscripts described the queer dreams of different
persons.**
Một số bản thảo mô tả những giấc mơ kỳ lạ của nhiều người
khác nhau.
**Some manuscripts cited from theosophical books and
magazines.**
Một số bản thảo được trích dẫn từ sách và tạp chí thần học.
Notably, most of these citations were from W. Scott-Eliott.
Đáng chú ý, hầu hết các trích dẫn này đều đến từ W. Scott-
Eliott.
Mainly the notes referenced Atlantis and the Lost Lemuria.
Các ghi chú chủ yếu đề cập đến Atlantis và Lemuria đã mất
tích.
**The other notes commented on long-surviving secret
societies.**
Các ghi chú khác bình luận về các hội kín tồn tại lâu đời.
Hidden cults that may or may not still exist somewhere.
Những giáo phái bí mật có thể vẫn còn tồn tại ở đâu đó.
Two books seemed to provide most of the information;
Hai cuốn sách dường như cung cấp hầu hết thông tin;
Miss Murray's Witch-Cult in Western Europe.
Giáo phái phù thủy của cô Murray ở Tây Âu.

This book thoroughly detailed Mythological sources.

Cuốn sách này đã trình bày chi tiết các nguồn tư liệu thần thoại.

And Frazer's Golden Bough provided anthropological sources.

Và cuốn "Cành Vàng" của Frazer đã cung cấp các nguồn tư liệu nhân chủng học.

***

The cuttings largely alluded to outré mental illnesses.

Các bài viết chủ yếu đề cập đến những chứng bệnh tâm thần kỳ quặc.

Outbreaks of group folly and mania in the spring of 1925.

Những đợt bùng phát chứng điên loạn và hưng cảm tập thể vào mùa xuân năm 1925.

The first half of the manuscript told a very peculiar tale.

Nửa đầu bản thảo kể một câu chuyện rất kỳ lạ.

1925, the 1st of March, a thin dark young man came to my uncle.

Ngày 1 tháng 3 năm 1925, một chàng trai trẻ gầy gò, da ngăm đen đến gặp chú tôi.

The manuscript describes his neurotic and excited aspect.

Bản thảo mô tả khía cạnh dễ bị kích động và lo âu của ông ta.

And he bore with him the strange bas-relief.

Và ông mang theo bên mình bức phù điêu kỳ lạ đó.

At that time the bas-relief was exceedingly damp and fresh.

Vào thời điểm đó, bức phù điêu còn rất ẩm ướt và mới.

His card bore the name of Henry Anthony Wilcox.

Trên thẻ của ông ta ghi tên là Henry Anthony Wilcox.

And my uncle had slightly recognized who he was.

Và chú tôi đã lờ mờ nhận ra anh ta là ai.

He was the youngest son of an excellent family.

Anh ấy là con trai út trong một gia đình danh giá.

Latterly he had been studying sculpture at Rhode Island.

Gần đây, ông theo học ngành điêu khắc tại Rhode Island.

He lived alone at the Fleur-de-Lys Building.

Ông sống một mình tại tòa nhà Fleur-de-Lys.

His residences were near the university.

Nơi ở của ông ấy gần trường đại học.

Wilcox was a precocious youth of known genius.

Wilcox là một thanh niên tài năng xuất chúng.

But he was also known for his great eccentricity.

Nhưng ông cũng nổi tiếng vì tính cách lập dị của mình.

From childhood he had excited the attention of others.

Ngay từ nhỏ, anh ấy đã thu hút sự chú ý của mọi người.

He told of strange stories no one had told him about.

Ông kể cho ông nghe những câu chuyện kỳ lạ mà chưa ai từng kể cho ông nghe.

And he was in the habit of relating strange dreams.

Và ông ấy có thói quen kể lại những giấc mơ kỳ lạ.

He described himself as "psychically hypersensitive".

Ông tự mô tả mình là người "cực kỳ nhạy cảm về mặt tâm lý".

But those around him had other descriptions for him.

Nhưng những người xung quanh lại có những miêu tả khác về anh ta.

They were staid folk of the ancient commercial city.

Họ là những người dân đứng đắn của thành phố thương mại cổ kính.

And they dismissed him as merely strange and "queer".

Và họ gạt bỏ ông ta chỉ vì cho rằng ông ta kỳ lạ và "lập dị".

And so he never mingled much with his kind.

Vì vậy, ông ta không mấy giao du với những người cùng loại.

And he had dropped gradually from social visibility.

Và ông ta dần dần biến mất khỏi tầm nhìn công chúng.

Now he is known only to a small group of esthetes.

Hiện nay, ông chỉ được biết đến trong một nhóm nhỏ những người yêu thích cái đẹp.

And those who knew him came mostly from other towns.

Và những người quen biết ông ấy hầu hết đều đến từ các thị trấn khác.

Even the Providence art club had found him quite hopeless.

Ngay cả câu lạc bộ nghệ thuật Providence cũng thấy anh ta hoàn toàn vô vọng.

Of course they were anxious to preserve their conservatism.

Dĩ nhiên họ rất muốn giữ vững lập trường bảo thủ của mình.

***

The professor's manuscript continued to describe the visit.

Bản thảo của giáo sư tiếp tục mô tả chuyến thăm đó.

The sculptor abruptly asked for his host's archeological knowledge.

Nhà điêu khắc đột ngột hỏi chủ nhà về kiến thức khảo cổ học của ông ta.

He wanted him to identify the hieroglyphics on the bas-relief.

Ông ta muốn anh ta nhận diện các chữ tượng hình trên bức phù điêu.

He spoke in a dreamy and rather stilted manner.

Ông ta nói chuyện với giọng điệu mơ màng và khá gượng gạo.

His speech suggested pose and alienated sympathy.

Bài phát biểu của ông ta thể hiện sự giả tạo và xa lánh sự cảm thông.

And my uncle showed some sharpness in his reply.

Và chú tôi đã đáp trả một cách khá gay gắt.

Because the bas-relief was still conspicuously freshness.

Vì bức phù điêu vẫn còn giữ được vẻ tươi mới rõ rệt.

So there was no need for any kinship with archeology.

Vì vậy, không cần thiết phải có bất kỳ mối liên hệ nào với khảo cổ học.

Young Wilcox's rejoinder was of a fantastically poetic cast.

Lời đáp trả của Wilcox trẻ tuổi mang một sắc thái thơ mộng tuyệt vời.

My uncle must have been impressed with the reply.

Chắc hẳn chú tôi đã rất ấn tượng với câu trả lời đó.

And he recorded the reply of Wilcox verbatim.

Và ông đã ghi lại lời đáp của Wilcox một cách chính xác từng chữ.

"The bas-relief is indeed still conspicuously fresh."

"Quả thực, bức phù điêu vẫn còn rất mới."
"Because I made this bas-relief last night, after a dream."
"Vì tôi đã làm bức phù điêu này đêm qua, sau một giấc mơ."
"A dream of strange cities and stranger people."
"Một giấc mơ về những thành phố kỳ lạ và những con người kỳ lạ hơn."
"And dreams are older than brooding Tyros."
"Và những giấc mơ còn lâu đời hơn cả những chàng trai trẻ trầm tư."
"Dreams are older than the contemplative Sphinx."
"Những giấc mơ còn cổ xưa hơn cả tượng Nhân sư trầm tư."
"And dreams are older than the garden-girdled Babylon."
"Và những giấc mơ còn cổ xưa hơn cả thành Babylon được bao quanh bởi những khu vườn."
This type of speech turned out to be characteristic of him.
Kiểu diễn thuyết này hóa ra lại là đặc điểm riêng của ông.
It was then that he began that rambling tale.
Rồi ông ta bắt đầu kể câu chuyện dài dòng ấy.
The tale which suddenly played upon a sleeping memory.
Câu chuyện bất ngờ hiện lên trong một ký ức đang ngủ yên.
The tale that won the fevered interest of my uncle.
Câu chuyện đã khơi dậy sự quan tâm mãnh liệt của chú tôi.

***

There had been a slight earthquake tremor the night before.
Đêm hôm trước đã có một trận động đất nhỏ.
The most considerable tremor New England had felt for some years.
Đây là trận động đất mạnh nhất mà vùng New England từng cảm nhận trong vài năm trở lại đây.
Wilcox's imagination had been keenly affected by the earthquake.
Trận động đất đã ảnh hưởng sâu sắc đến trí tưởng tượng của Wilcox.
He had had an unprecedented dream of great Cyclopean cities.

Ông đã có một giấc mơ chưa từng có về những thành phố khổng lồ kiểu Cyclopes.

He dreamed of Titan blocks and sky-flung monoliths.

Anh ta mơ về những khối đá khổng lồ và những cột đá nguyên khối vươn cao trên bầu trời.

All the architecture was dripping with green ooze.

Toàn bộ công trình kiến trúc đều bị ngấm đầy chất dịch màu xanh lục.

And his dreams were sinister with latent horror.

Và những giấc mơ của anh ta đầy vẻ hiểm ác và ẩn chứa nỗi kinh hoàng.

Hieroglyphics had covered the walls and pillars.

Các chữ tượng hình đã phủ kín các bức tường và cột trụ.

From somewhere underneath there came a sound.

Từ đâu đó bên dưới vọng lên một âm thanh.

The sound was of a voice, but it was not a voice.

Âm thanh đó giống như tiếng nói, nhưng không phải là tiếng nói.

A chaotic sensation which only fancy could transmute into sound.

Một cảm giác hỗn loạn mà chỉ có trí tưởng tượng mới có thể biến thành âm thanh.

He attempted to say the almost unpronounceable word.

Anh ta cố gắng nói ra từ gần như không thể phát âm được đó.

A jumble of unlikely letters; "Cthulhu fhtagn".

Một mớ hỗn độn các chữ cái không liên quan; "Cthulhu fhtagn".

This verbal jumble was the key to my uncle's recollection.

Mớ hỗn độn ngôn từ này chính là chìa khóa giúp chú tôi nhớ lại ký ức.

This strange sound excited and disturbed Professor Angell.

Âm thanh kỳ lạ này vừa khiến Giáo sư Angell phấn khích vừa làm ông bối rối.

He questioned the sculptor with scientific minuteness.

Ông đặt câu hỏi cho nhà điêu khắc với sự tỉ mỉ đến từng chi tiết khoa học.

He studied the bas-relief with almost frantic intensity.

Ông chăm chú nghiên cứu bức phù điêu với sự tập trung gần như điên cuồng.

My uncle blamed his old age, Wilcox afterward said.

"Chú tôi đổ lỗi cho tuổi già," Wilcox nói sau đó.

In his younger days he would have recognized the hieroglyphics.

Khi còn trẻ, ông ấy hẳn đã nhận ra chữ tượng hình.

The pictorial design wouldn't have puzzled his sharper mind.

Thiết kế hình ảnh đó hẳn sẽ không làm khó được bộ óc sắc bén của ông ta.

Many of his questions seemed highly out of place to his visitor.

Nhiều câu hỏi của ông ấy dường như hoàn toàn không phù hợp với vị khách của mình.

He tried to connect him to strange mythological cults.

Ông ta cố gắng liên hệ anh ta với những giáo phái thần thoại kỳ lạ.

He tried to get him to admit affiliation to secret societies.

Ông ta cố gắng thuyết phục anh ta thừa nhận có liên hệ với các hội kín.

My uncle even promised to keep his visitor's secret.

Chú tôi thậm chí còn hứa sẽ giữ bí mật về vị khách của mình.

"Are you not part of a widespread mystical group?"

"Chẳng phải bạn là thành viên của một nhóm huyền bí rộng lớn sao?"

"Are you not a member of a paganly religious body?"

"Chẳng phải anh/chị là thành viên của một giáo phái ngoại đạo sao?"

Eventually he became convinced the sculptor wasn't a member.

Cuối cùng, ông ta tin chắc rằng nhà điêu khắc đó không phải là thành viên của tổ chức.

He was indeed ignorant of any cult or system of cryptic lore.

Quả thực, ông ta không hề biết gì về bất kỳ giáo phái hay hệ thống truyền thuyết bí truyền nào.

He besieged his visitor with demands for future reports of
dreams.

Ông ta liên tục chất vấn vị khách của mình về những giấc mơ
trong tương lai.

This strange request bore regular and interesting fruit.

Yêu cầu kỳ lạ này đã mang lại những kết quả đều đặn và thú
vị.

***

After the first interview the manuscript records daily calls.

Sau cuộc phỏng vấn đầu tiên, bản thảo ghi lại các cuộc gọi
hàng ngày.

He related startling fragments of nocturnal imagery.

Ông kể lại những mảnh ghép hình ảnh về đêm đầy ấn tượng.

There were always the same themes in his dreams.

Những giấc mơ của anh ấy luôn xoay quanh những chủ đề
quen thuộc.

A terrible Cyclopean vista of dark and dripping stone.

Một khung cảnh khổng lồ đáng sợ với những khối đá tối tăm
và rỉ nước.

A subterranean voice or intelligence shouting
monotonously.

Một giọng nói hoặc trí tuệ ngầm đang gào thét một cách đơn
điệu.

Two sounds seemed to repeat themselves in his dreams.

Hai âm thanh dường như lặp đi lặp lại trong giấc mơ của anh
ta.

But these sounds were as enigmatic as the other sounds.

Nhưng những âm thanh này cũng bí ẩn như những âm thanh
khác.

The sounds can only be rendered by the letters "Cthulhu"
and "R'lyeh".

Âm thanh chỉ có thể được tạo ra bằng các chữ cái "Cthulhu" và
"R'lyeh".

On March 23rd, the manuscript continued, Wilcox failed to
come.

Theo bản thảo, vào ngày 23 tháng 3, Wilcox đã không đến.

My uncle made inquiries at the quarters of his whereabouts.

Chú tôi đã hỏi thăm nơi ở của anh ta.

That night he had been stricken with an obscure sort of fever.

Đêm đó, ông ấy bị mắc một loại sốt không rõ nguyên nhân.

And he was taken to the home of his family in Waterman Street.

Và ông ấy được đưa về nhà của gia đình ở phố Waterman.

That night he had cried out in one of his dreams.

Đêm đó, anh ta đã hét lên trong một giấc mơ.

His cries aroused several other artists in the building.

Tiếng kêu của anh ta đã đánh thức một số nghệ sĩ khác trong tòa nhà.

And he was between alternations of unconsciousness and delirium.

Và ông ta lúc thì bất tỉnh, lúc thì mê sảng.

My uncle at once telephoned the family of Wilcox.

Chú tôi lập tức gọi điện cho gia đình Wilcox.

And from that time forward he kept close watch of the case.

Và từ thời điểm đó trở đi, ông ấy luôn theo sát vụ việc.

He called often at the Thayer Street office of Dr. Tobey.

Ông thường xuyên ghé thăm văn phòng của bác sĩ Tobey trên đường Thayer.

Dr. Tobey was in charge of the patient's condition.

Bác sĩ Tobey chịu trách nhiệm theo dõi tình trạng bệnh nhân.

The youth's febrile mind was dwelling on strange things.

Tâm trí bồn chồn của chàng trai trẻ đang mải mê nghĩ đến những điều kỳ lạ.

The doctor shuddered now and then as he spoke of the dreams.

Vị bác sĩ thỉnh thoảng lại rùng mình khi kể về những giấc mơ đó.

The dreams repeated a lot of the earlier themes.

Những giấc mơ lặp lại nhiều chủ đề đã xuất hiện trong giấc mơ trước đó.

But now his dreams made mention of something new.

Nhưng giờ đây, những giấc mơ của anh lại nhắc đến một điều mới mẻ.

A gigantic thing "a miles high" which walked, or lumbered about.

Một sinh vật khổng lồ "cao hàng dặm" biết đi bộ hoặc di chuyển chậm chạp.

He at no time fully described this object in any detail.

Ông ta chưa bao giờ mô tả đầy đủ vật thể này một cách chi tiết.

But Dr. Tobey relayed the frantic words of his patient.

Nhưng bác sĩ Tobey đã thuật lại những lời nói đầy hoảng loạn của bệnh nhân mình.

And the professor became increasingly certain of what it was.

Và vị giáo sư ngày càng chắc chắn hơn về bản chất của nó.

The nameless monstrosity he had sought to depict in his sculpture.

Con quái vật vô danh mà ông ta muốn khắc họa trong tác phẩm điêu khắc của mình.

The doctor had mentioned the bas-relief he had made.

Bác sĩ đã nhắc đến bức phù điêu mà ông ấy đã làm.

This mention preludes the young man's subsidence into lethargy.

Lời nhắc đến này báo hiệu sự sa sút tinh thần của chàng trai trẻ, khiến anh ta dần trở nên uể oải.

His temperature, oddly enough, was not greatly above normal.

Lạ thật, nhiệt độ cơ thể của anh ấy không cao hơn bình thường là mấy.

But his general condition suggested he was in a fever.

Nhưng tình trạng sức khỏe tổng thể cho thấy ông ấy đang bị sốt.

A fever, as opposed to being in the grasp of a mental disorder.

Sốt thông thường, trái ngược với việc mắc phải một chứng rối loạn tâm thần.

***

On April 2nd at about 3 p.m. the fever came to an end.

Vào khoảng 3 giờ chiều ngày 2 tháng 4, cơn sốt đã chấm dứt.

Every trace of Wilcox's malady suddenly ceased.

Mọi dấu vết của căn bệnh của Wilcox đột nhiên biến mất.

He sat upright in bed as if waking up from regular sleep.

Anh ta ngồi bật dậy trên giường như thể vừa tỉnh giấc sau một giấc ngủ bình thường.

He was astonished to find himself at his parents' home.

Anh ta vô cùng ngạc nhiên khi thấy mình đang ở nhà bố mẹ.

And he was completely ignorant of what had happened.

Và ông ta hoàn toàn không biết chuyện gì đã xảy ra.

Neither dream nor reality had made an impression on his mind.

Cả giấc mơ lẫn hiện thực đều không để lại ấn tượng gì trong tâm trí anh ta.

Dr. Tobey pronounced him fit to be dismissed from his care.

Bác sĩ Tobey tuyên bố ông ấy đã đủ điều kiện để xuất viện.

And he returned to his quarters three days later.

Và ông trở về phòng của mình ba ngày sau đó.

But to Professor Angell he was of no further assistance.

Nhưng đối với Giáo sư Angell, ông ta không còn giúp ích được gì thêm nữa.

All traces of strange dreaming had vanished with his recovery.

Mọi dấu vết của những giấc mơ kỳ lạ đã biến mất sau khi anh ấy bình phục.

For a week he recounted irrelevant and thoroughly usual visions.

Suốt một tuần, ông kể lại những ảo giác không liên quan và hoàn toàn bình thường.

And my uncle kept no further record of his night-thoughts.

Và chú tôi không ghi chép gì thêm về những suy nghĩ ban đêm của mình nữa.

At this point the first part of the manuscript ended.

Đến đây, phần đầu tiên của bản thảo đã kết thúc.

But my research was still anything but concluded.

Nhưng nghiên cứu của tôi vẫn chưa hoàn tất.

References to scattered notes helped piece things together.

Việc tham khảo các ghi chú rải rác đã giúp ghép nối mọi thứ lại với nhau.

And there was more than enough material for thought.

Và có thừa thãi chất liệu để suy ngẫm.

My distrust of the artist had still not subsided.

Sự nghi ngờ của tôi đối với người nghệ sĩ vẫn chưa hề giảm bớt.

But this was largely a result of my ingrained skepticism.

Nhưng điều này phần lớn là do tính hoài nghi ăn sâu trong tôi.

The notes described the dreams of various persons.

Những ghi chép này mô tả giấc mơ của nhiều người khác nhau.

These dreams all occurred while young Wilcox was in his fever.

Những giấc mơ này đều xảy ra khi cậu bé Wilcox đang bị sốt.

My uncle, it seems, wasted no time in collecting the data.

Có vẻ như chú tôi đã không lãng phí thời gian trong việc thu thập dữ liệu.

He had quickly instituted a prodigiously far-flung body of inquiries.

Ông đã nhanh chóng thiết lập một hệ thống điều tra vô cùng rộng lớn.

Any friend that didn't show impertinence he questioned.

Bất kỳ người bạn nào không tỏ ra hỗn xược đều bị anh ta chất vấn.

He requested from them nightly reports of their dreams.

Ông yêu cầu họ báo cáo lại giấc mơ của mình mỗi đêm.

And he asked if they had had any notable visions of late.

Và ông ấy hỏi gần đây họ có thấy điều gì đáng chú ý không.

The reception of his request seems to have been varied.

Việc đáp lại yêu cầu của ông ấy dường như có nhiều ý kiến trái chiều.

But there was certainly no shortage in replies.

Nhưng chắc chắn là không thiếu những phản hồi.

No ordinary man could have handled the replies alone.
Không một người bình thường nào có thể tự mình xử lý hết những câu trả lời đó.

The original correspondences were not preserved.
Các thư từ gốc không được lưu giữ.

But his notes formed a thorough and significant digest.
Nhưng những ghi chép của ông đã tạo thành một bản tóm tắt đầy đủ và có ý nghĩa.

***

Initially he had approached average people in society.
Ban đầu, ông ấy tiếp cận những người bình thường trong xã hội.

New England's traditional "salt of the earth".
Người dân New England truyền thống, được mệnh danh là "người chân chất, chất phác".

But this group gave an almost completely negative result.
Nhưng nhóm này lại cho kết quả gần như hoàn toàn tiêu cực.

Though there were some exceptions to this group too.
Tuy nhiên, cũng có một số ngoại lệ trong nhóm này.

Scattered cases of uneasy but formless nocturnal impressions.
Một vài trường hợp rải rác về những ấn tượng mơ hồ nhưng khó tả trong đêm.

Their reports were always between March 23rd and April 2nd.
Các báo cáo của họ luôn được gửi trong khoảng thời gian từ ngày 23 tháng 3 đến ngày 2 tháng 4.

This aligned with the same period of young Wilcox's delirium.
Điều này trùng khớp với giai đoạn mê sảng của Wilcox trẻ tuổi.

Men of science had been only a little more affected.
Các nhà khoa học cũng chỉ bị ảnh hưởng một chút.

Though four cases of vague description were of interest.

Mặc dù có bốn trường hợp mô tả không rõ ràng đáng chú ý.

They had had fugitive glimpses of strange landscapes.

Họ đã thoáng thấy những phong cảnh kỳ lạ.

And in one case a dread of something abnormal was mentioned.

Và trong một trường hợp, người ta đã đề cập đến nỗi sợ hãi về điều gì đó bất thường.

It was from the artists and poets that the pertinent answers came.

Những câu trả lời thích đáng đã đến từ các nghệ sĩ và nhà thơ.

It is a blessing no one had been able to compare notes.

Thật may mắn là trước đó không ai có thể trao đổi thông tin với nhau.

Panic would have broken loose had they shared their visions.

Nếu họ chia sẻ những hình ảnh mà họ nhìn thấy, chắc chắn sẽ xảy ra hoảng loạn.

This, however, did not dispel my ingrained skepticism.

Tuy nhiên, điều này không xua tan được sự hoài nghi ăn sâu trong tôi.

Others might have come to mythical conclusions much quicker.

Những người khác có thể đã đi đến những kết luận mang tính huyền thoại nhanh hơn nhiều.

But the original letters were lacking from the notes.

Nhưng những bức thư gốc lại bị thiếu trong các ghi chú.

I half suspected the compiler of having asked leading questions.

Tôi hơi nghi ngờ người biên soạn đã cố tình đặt câu hỏi gợi ý.

Or perhaps the correspondences weren't entirely original.

Hoặc có lẽ những bức thư trao đổi đó không hoàn toàn là bản gốc.

Perhaps my uncle had resolved to confirm Wilcox's dreams.

Có lẽ chú tôi đã quyết tâm xác nhận những giấc mơ của Wilcox.

That is why I continued to feel suspicious of the sculptor.

Đó là lý do tại sao tôi vẫn tiếp tục nghi ngờ nhà điêu khắc.

Perhaps he was still cognizant of my uncle's old data.
Có lẽ ông ấy vẫn còn nhớ những dữ liệu cũ của chú tôi.
Perhaps he had been imposing on the veteran scientist.
Có lẽ ông ta đã lợi dụng lòng tốt của nhà khoa học kỳ cựu.
Nonetheless, the corroborating data had to be investigated.
Tuy nhiên, các dữ liệu xác thực cần phải được điều tra thêm.

***

The responses from the esthetes told a disturbing tale.
Những phản hồi từ giới thẩm mỹ đã kể một câu chuyện đáng
lo ngại.
From February 28th to April 2nd their dreams aligned.
Từ ngày 28 tháng 2 đến ngày 2 tháng 4, ước mơ của họ đã trở
thành hiện thực.
**And a large proportion of them had dreamed very bizarre
things.**
Và phần lớn trong số họ đã mơ thấy những điều rất kỳ lạ.
**The timing of the intensity of their dreams was also of
interest.**
Thời điểm cường độ của những giấc mơ đó xuất hiện cũng là
một yếu tố đáng quan tâm.
The period of the sculptor's delirium marked a highpoint.
Giai đoạn mê sảng của nhà điêu khắc đánh dấu đỉnh cao sự
nghiệp.
**The intensity of their dreams were immeasurably the
stronger.**
Cường độ của những giấc mơ của họ mạnh mẽ hơn rất nhiều.
**Over a quarter reported unfamiliar and unpronounceable
sounds.**
Hơn một phần tư số người tham gia khảo sát cho biết họ nghe
thấy những âm thanh lạ và khó phát âm.
Noises not dissimilar to what Wilcox had also described.
Những âm thanh này không khác mấy so với những gì Wilcox
đã mô tả.
**Some described highly elaborate and impossible
architecture.**

Một số mô tả kiến trúc vô cùng tinh xảo và phi thực tế.

And some of the dreamers confessed to an acute fear.

Và một số người nằm mơ đã thú nhận nỗi sợ hãi tột độ của mình.

Like Wilcox, they had seen some gigantic nameless thing.

Giống như Wilcox, họ cũng đã nhìn thấy một vật thể khổng lồ không tên.

One case, which the note describes with emphasis, was very sad.

Một trường hợp, được mô tả nhấn mạnh trong ghi chú, rất đáng buồn.

The subject was a widely known architect of the region.

Đối tượng được đề cập là một kiến trúc sư nổi tiếng trong vùng.

He too had leanings toward theosophy and occultism.

Ông ta cũng có khuynh hướng hướng về thuyết thần học và chủ nghĩa huyền bí.

This man went violently insane on March the 22nd.

Người đàn ông này đã phát điên một cách dữ dội vào ngày 22 tháng 3.

The exact same date of young Wilcox's seizure.

Đúng vào ngày xảy ra cơn động kinh của cậu bé Wilcox.

He expired several months later, after incessant screaming.

Ông ta qua đời vài tháng sau đó, sau những tiếng la hét không ngừng.

He begged to be saved from some escaped denizen of hell.

Hắn van xin được cứu thoát khỏi một tên tội phạm vượt ngục nào đó.

Regrettably, my uncle did not refer to these cases by name.

Đáng tiếc là chú tôi không nêu tên những trường hợp này.

Instead, all studies were given nothing more than a number.

Thay vào đó, tất cả các nghiên cứu chỉ được đánh số mà thôi.

This way I was limited in attempting any personal investigation.

Như vậy, tôi bị hạn chế trong việc tiến hành bất kỳ cuộc điều tra cá nhân nào.

And corroborating the evidence further was demanding.

Và việc xác nhận thêm bằng chứng là một việc tốn nhiều công sức.

But finally I did succeed in tracing down some cases.

Nhưng cuối cùng tôi cũng đã thành công trong việc truy tìm một số vụ án.

I should have trusted the notes from my uncle.

Lẽ ra tôi nên tin những lời nhắn nhủ của chú tôi.

They reported their dreams true to their reports.

Họ thuật lại giấc mơ của mình đúng như những gì đã kể.

I have often wondered what they thought the questioning meant.

Tôi thường tự hỏi họ nghĩ những câu hỏi đó có ý nghĩa gì.

It is for the best that no explanation shall ever reach them.

Tốt hơn hết là họ không nên nhận được bất kỳ lời giải thích nào.

***

As I have mentioned, my uncle also collected press clippings.

Như tôi đã đề cập, chú tôi cũng sưu tầm các bài báo cắt dán.

These press clippings corresponded to the dates in question.

Những bài báo này tương ứng với các ngày được đề cập.

The sources were scattered throughout the globe.

Các nguồn thông tin nằm rải rác khắp toàn cầu.

Professor Angell must have employed a cutting bureau.

Giáo sư Angell hẳn đã thuê một văn phòng cắt gọt.

Because the number of extracts was tremendous.

Vì số lượng mẫu chiết xuất rất lớn.

There was a parallel to this part of his research.

Có một điểm tương đồng trong phần nghiên cứu này của ông.

Cases of panic, mania, and eccentricity.

Các trường hợp hoảng loạn, hưng cảm và lập dị.

One case was a nocturnal suicide in London.

Một trường hợp là vụ tự tử vào ban đêm ở London.

A lone sleeper had leaped from a window after a shocking cry.

Một người đang ngủ một mình đã nhảy ra khỏi cửa sổ sau một tiếng hét kinh hoàng.

A rambling letter to the editor of a paper in South America.

Một bức thư dài dòng gửi cho tòa soạn một tờ báo ở Nam Mỹ.

A fanatic deduces a dire future from visions he had had.

Một kẻ cuồng tín suy đoán về một tương lai tồi tệ dựa trên những ảo ảnh mà hắn đã từng thấy.

A dispatch from California describes a theosophist colony.

Một bản tin từ California mô tả một thuộc địa của những người theo thuyết thần học.

They donned white robes en masse for some "glorious fulfilment".

Họ đồng loạt khoác lên mình những chiếc áo choàng trắng để tìm kiếm một "sự viên mãn vinh quang" nào đó.

Although that "glorious fulfilment" never arose.

Mặc dù "sự viên mãn tuyệt vời" đó chưa bao giờ xảy ra.

There seems to be serious unrest from the natives in India.

Dường như đang có sự bất ổn nghiêm trọng từ phía người dân bản địa ở Ấn Độ.

Voodoo orgies multiplied in Haiti.

Các buổi lễ thờ cúng Voodoo ngày càng gia tăng ở Haiti.

African outposts report ominous mutterings.

Các tiền đồn ở châu Phi báo cáo về những lời thì thầm đầy điềm báo xấu.

American officers in the Philippines find certain tribes bothersome.

Các sĩ quan Mỹ tại Philippines cảm thấy một số bộ lạc gây phiền phức.

New York policemen are mobbed by hysterical Levantines.

Cảnh sát New York bị đám đông người dân vùng Levant cuồng loạn vây quanh.

This occurred exactly on the night of March 22-23.

Sự việc này xảy ra chính xác vào đêm ngày 22 rạng sáng ngày 23 tháng 3.

The west of Ireland, too, was full of wild rumor and legendry.

Miền tây Ireland cũng đầy rẫy những lời đồn đại và truyền thuyết hoang đường.

A fantastic painter named Ardois-Bonnot made the news in France.

Một họa sĩ tài năng tên là Ardois-Bonnot đã gây tiếng vang lớn ở Pháp.

He hung a blasphemous dream landscape in the Paris spring salon.

Ông ta đã treo một bức tranh phong cảnh mộng ảo đầy tính báng bổ tại triển lãm mùa xuân ở Paris.

The recorded troubles in insane asylums were immeasurable.

Số lượng các vấn đề được ghi nhận trong các trại tâm thần là không thể đếm xuể.

A miracle must have kept the medical fraternities unsuspecting.

Một phép màu nào đó hẳn đã khiến giới y khoa không hề hay biết.

But they never noted the strange parallelisms of the cases.

Nhưng họ không hề nhận thấy những điểm tương đồng kỳ lạ giữa các vụ án.

Else they too would have come to mystified conclusions.

Nếu không thì họ cũng sẽ đi đến những kết luận khó hiểu.

I must confess these were indeed a set of weird paper cuttings.

Tôi phải thú nhận rằng đây quả thực là một bộ sưu tập những mẩu giấy cắt kỳ lạ.

My uncle had put forward a convincing argument.

Chú tôi đã đưa ra một lập luận rất thuyết phục.

I can't explain how I set the evidence aside.

Tôi không thể giải thích tại sao mình lại gạt bỏ bằng chứng đó.

But my callous rationalism took the upper hand.

Nhưng chủ nghĩa duy lý lạnh lùng của tôi đã chiếm ưu thế.

And I was still suspicious of the young sculptor, Wilcox.

Và tôi vẫn còn nghi ngờ về nhà điêu khắc trẻ tuổi, Wilcox.

He must have known of the older matters mentioned by the professor.

Ông ta hẳn đã biết về những vấn đề cũ mà giáo sư đã đề cập.

The Tale of Inspecter Legrasse
Câu chuyện của thanh tra Legrasse

Let me turn your attention away from the young sculptor.
Tôi xin phép chuyển sự chú ý của quý vị khỏi người điêu khắc trẻ tuổi kia.
And let us focus on the second half of the manuscript.
Và chúng ta hãy tập trung vào nửa sau của bản thảo.
A few dreams alone would not have been so significant.
Chỉ một vài giấc mơ đơn thuần thì sẽ không có ý nghĩa gì lớn.
The bas-relief could have been dismissed as a hoax.
Bức phù điêu đó lẽ ra có thể bị coi là một trò lừa bịp.
But my uncle had previously been primed to take interest.
Nhưng trước đó, chú tôi đã được chuẩn bị để tỏ ra quan tâm.
Wilcox's dream seemed to have a link to past events.
Giấc mơ của Wilcox dường như có liên hệ với những sự kiện trong quá khứ.
It wasn't the first time that he had heard that word.
Đây không phải là lần đầu tiên anh ấy nghe thấy từ đó.
The ominous syllables perhaps written as "Cthulhu".
Những âm tiết đáng ngại đó có lẽ được viết là "Cthulhu".
He had seen and heard of similar descriptions before.
Trước đây ông đã từng thấy và nghe kể những trường hợp tương tự.
The hellish outlines of the nameless monstrosity.
Những đường nét gớm ghiếc của con quái vật vô danh.
He had previously puzzled over the same hieroglyphics.
Trước đó, ông cũng đã từng băn khoăn về những chữ tượng hình tương tự.
All this produced a horrible connection of events.
Tất cả những điều này đã tạo nên một chuỗi sự kiện khủng khiếp.

It is no wonder he pursued young Wilcox with queries.
Chẳng có gì lạ khi ông ta liên tục hỏi han chàng trai trẻ
Wilcox.
And we must not be surprised he interrogated Wilcox so.
Và chúng ta không nên ngạc nhiên khi ông ta thẩm vấn
Wilcox như vậy.
This earlier experience had come in the year of 1908.
Kinh nghiệm này đã có từ năm 1908.
Seventeen years before Wilcox came to my great-uncle.
Mười bảy năm trước khi Wilcox đến gặp ông chú của tôi.
The archeological society were meeting in St. Louis.
Hội khảo cổ học đang họp tại St. Louis.
Professor Angell had a prominent part in the deliberations.
Giáo sư Angell đóng vai trò nổi bật trong các cuộc thảo luận.
His responsibilities befitted one of his authority.
Trách nhiệm của ông ấy tương xứng với quyền hạn của ông
ấy.
**He was one of the first to be approached by several
outsiders.**
Ông là một trong những người đầu tiên được một số người
ngoài tiếp cận.
They took advantage of the convocation to offer questions.
Họ đã tận dụng buổi lễ để đặt câu hỏi.
They hoped for correct answering from an expert.
Họ hy vọng nhận được câu trả lời chính xác từ một chuyên
gia.
They each had very peculiar types of problems.
Mỗi người trong số họ đều có những vấn đề rất đặc thù.
And they required very different types of solutions.
Và chúng đòi hỏi những giải pháp rất khác nhau.
The chief of these was a common-looking middle-aged man.
Người đứng đầu nhóm này là một người đàn ông trung niên
có vẻ ngoài bình thường.
And he quickly became the meeting's focus of interest.
Và ông nhanh chóng trở thành tâm điểm chú ý của cuộc họp.

***

He had traveled to St. Louis all the way from New Orleans.
Ông ấy đã đi một quãng đường dài từ New Orleans đến St. Louis.
He had come to the meeting for special information.
Ông ấy đến cuộc họp để tìm kiếm thông tin đặc biệt.
Knowledge that could not be unobtained from local source.
Kiến thức không thể có được từ nguồn địa phương.
His name was John Raymond Legrasse, police inspector.
Tên ông ta là John Raymond Legrasse, thanh tra cảnh sát.
He bore with him the mysterious subject of his inquiries.
Ông mang theo bên mình vật thể bí ẩn mà ông đang điều tra.
A grotesque and apparently very ancient stone statuette.
Một bức tượng đá kỳ dị và có vẻ rất cổ xưa.
A statuette whose origin no one had been able to determine.
Một bức tượng nhỏ mà nguồn gốc của nó không ai có thể xác định được.
But don't assume Inspector Legrasse was an archeologist.
Nhưng đừng cho rằng thanh tra Legrasse là một nhà khảo cổ học.
He had very little interest in archeology, nor mythology.
Ông ta hầu như không quan tâm đến khảo cổ học hay thần thoại.
His wish for enlightenment had rather different motivations.
Mong muốn tìm kiếm sự giác ngộ của ông ấy xuất phát từ những động cơ hoàn toàn khác.
He was prompted to come by purely professional considerations.
Ông ấy đến đây hoàn toàn vì những lý do chuyên môn.
The statuette had been captured as part of a police raid.
Bức tượng nhỏ này đã bị thu giữ trong một cuộc đột kích của cảnh sát.
Although whether it was even a statuette wasn't determined.
Mặc dù không xác định được liệu đó có phải là một bức tượng nhỏ hay không.
It could also have been an idol, magic fetish, or charm.

Nó cũng có thể là một bức tượng thần, vật phẩm ma thuật hoặc bùa hộ mệnh.

Whatever it was, it had been captured some months previously.

Dù đó là thứ gì đi nữa, nó đã bị bắt giữ vài tháng trước đó.

A meeting was being held in the wooded swamps of New Orleans.

Một cuộc họp đang được tổ chức tại khu đầm lầy nhiều cây cối ở New Orleans.

The police had been tipped of about a supposed voodoo meeting.

Cảnh sát đã nhận được tin báo về một cuộc họp nghi lễ voodoo.

Strange and hideous rites connected with the voodoo circle.

Những nghi lễ kỳ lạ và rùng rợn có liên quan đến vòng tròn voodoo.

The police could not but realize what they had stumbled on.

Cảnh sát không khỏi nhận ra mình đã tình cờ phát hiện ra điều gì.

A dark cult previously totally unknown to the authorities.

Một giáo phái tà giáo hoàn toàn xa lạ với chính quyền.

Infinitely more sinister than what an outsider could expect.

Tàn bạo hơn nhiều so với những gì người ngoài có thể tưởng tượng.

More diabolic than the blackest of the African voodoo circles.

Tà ác hơn cả những giáo phái phù thủy đen tối nhất của châu Phi.

Unbelievable tales were extorted from the captured cult members.

Những câu chuyện khó tin đã được moi ra từ các thành viên giáo phái bị bắt giữ.

But nothing of the relic's origin could be discovered.

Nhưng không ai tìm ra được nguồn gốc của di vật này.

Hence the anxiety of the police for any antiquarian lore.

Do đó, cảnh sát rất lo ngại về bất kỳ tài liệu cổ nào.

Ancient mythology might explain the frightful symbol.

Thần thoại cổ đại có thể giải thích biểu tượng đáng sợ đó.

Deeper knowledge could perhaps track the fountain-head.

Hiểu biết sâu sắc hơn có thể giúp tìm ra nguồn gốc vấn đề.

Inspector Legrasse was not prepared for the excitement he created.

Thanh tra Legrasse không lường trước được sự náo động mà chính ông đã tạo ra.

One sight of the mysterious object was all that was required.

Chỉ cần nhìn thấy vật thể bí ẩn đó một lần là đủ.

The assembled men of science were filled with curiosity.

Các nhà khoa học có mặt đều tràn đầy sự tò mò.

They lost no time in crowding closely around the inspector.

Họ nhanh chóng vây quanh viên thanh tra.

And they all tried to get the best look at the diminutive figure.

Và tất cả mọi người đều cố gắng nhìn rõ nhất hình dáng nhỏ bé ấy.

***

The genuinely abysmal antiquity inspired wild imagination.

Thời kỳ cổ đại tăm tối đến tột cùng đã khơi gợi trí tưởng tượng phong phú.

The strangeness hinted so potently at unopened and archaic vistas.

Sự kỳ lạ ấy gợi lên một cách mạnh mẽ những viễn cảnh cổ xưa và chưa được khám phá.

No recognized school of sculpture had animated this terrible object.

Không một trường phái điêu khắc nào được công nhận đã thổi hồn vào vật thể khủng khiếp này.

Yet centuries seemed recorded in the dim and greenish surface.

Nhưng dường như hàng thế kỷ đã được ghi lại trên bề mặt mờ ảo và hơi xanh ấy.

Perhaps thousands of years were hidden in this unplaceable stone.

Có lẽ hàng ngàn năm lịch sử đã ẩn chứa trong khối đá khó định vị này.

The figurine was finally passed slowly from man to man.

Cuối cùng, bức tượng nhỏ được truyền tay nhau một cách chậm rãi từ người này sang người khác.

Each scientist carefully studied the strange markings of the stone.

Mỗi nhà khoa học đều nghiên cứu kỹ lưỡng những dấu hiệu kỳ lạ trên tảng đá.

The work was between seven and eight inches in height.

Tác phẩm có chiều cao từ bảy đến tám inch.

And the exquisite artistic workmanship must be noted.

Và cần phải ghi nhận sự tinh xảo trong tay nghề nghệ thuật.

The carvings represented a monster of vaguely anthropoid outline.

Các hình khắc mô tả một con quái vật có hình dáng mơ hồ giống người.

On the face of the octopus-esque head was a mass of feelers.

Trên bề mặt cái đầu giống bạch tuộc là một khối xúc giác.

Prodigious claws on hind and fore feet protruded from the body.

Móng vuốt khổng lồ ở cả chân trước và chân sau nhô ra khỏi thân.

The bloated corpulence had a rubbery looking quality to it.

Cái thân hình béo phì phình to trông có vẻ như làm bằng cao su.

And from behind the rubbery body came out two narrow wings.

Và từ phía sau thân hình mềm dẻo ấy nhô ra hai chiếc cánh hẹp.

It would be instinctual to think of this thing as fearsome.

Theo bản năng, người ta thường nghĩ thứ này rất đáng sợ.

There was an unnatural malignancy to the aura of the creature.

Có một sự độc ác bất thường bao trùm lên hào quang của sinh vật đó.

The gargantuan squatted evilly on a rectangular block.

Tên khổng lồ ngồi xổm một cách hiểm ác trên một khối hình chữ nhật.

The pedestal it was on was covered with undecipherable characters.

Bệ đỡ mà nó được đặt trên đó phủ đầy những ký tự không thể giải mã.

The tips of the wings touched the back edge of the block.

Đầu cánh chạm vào mép sau của khối gỗ.

The creature was sitting on the middle of the giant block.

Sinh vật đó đang ngồi ở giữa khối đá khổng lồ.

Its legs were doubled up under its monstrous body.

Đôi chân của nó gập lại dưới thân hình khổng lồ.

The long, curved claws gripped the front edge of the cliff.

Những chiếc móng vuốt dài, cong bám chặt vào mép trước của vách đá.

The cephalopod head was bent forward, observing its kingdom.

Đầu của con bạch tuộc cúi về phía trước, quan sát vương quốc của nó.

The ends of the facial feelers brushed the backs of huge forepaws.

Đầu các xúc giác trên mặt chạm vào mu bàn chân trước to lớn.

And the forepaws clasped the croucher's elevated knees.

Và hai chân trước ôm lấy đầu gối đang nâng cao của con vật đang ngồi xổm.

The appearance of the grotesque scene was abnormally lifelike.

Cảnh tượng kỳ dị đó hiện lên sống động đến mức bất thường.

But this lifelike quality only added a subtle reason to be more fearful.

Nhưng chất lượng sống động như thật này chỉ càng làm tăng thêm lý do khiến người ta thêm sợ hãi.

Because we knew nothing about the source of the depiction.

Vì chúng tôi không hề biết gì về nguồn gốc của bức tranh đó.

The creature's vast, awesome, and incalculable age was unmistakable.

Tuổi đời khổng lồ, đáng sợ và không thể tính toán được của sinh vật đó là điều không thể nhầm lẫn.

But not one link did the depiction show with any known type of art.

Nhưng bức tranh không hề cho thấy bất kỳ mối liên hệ nào với bất kỳ loại hình nghệ thuật nào đã biết.

Not even the earliest civilizations made reference to this creature.

Ngay cả những nền văn minh cổ đại nhất cũng không hề nhắc đến sinh vật này.

But that is not the only point at which our knowledge failed us.

Nhưng đó không phải là điểm duy nhất mà kiến thức của chúng ta đã không giúp ích được gì.

***

The mineralogy of the stone was also a complete mystery.

Thành phần khoáng vật của loại đá này cũng là một bí ẩn hoàn toàn.

Gold specks dotted the soapy, greenish-black stone.

Những đốm vàng li ti điểm xuyết trên viên đá màu xanh đen bóng loáng như xà phòng.

Iridescent striations ran along the length of the stone.

Những đường vân óng ánh chạy dọc theo chiều dài của viên đá.

In short, the stone resembled nothing within mineralogy.

Nói tóm lại, loại đá này không giống bất kỳ loại đá nào về mặt khoáng vật học.

Geologists hadn't been able to identify the stone either.

Các nhà địa chất cũng không thể xác định được loại đá đó.

The hieroglyphs along the stone were equally baffling.

Các chữ tượng hình trên phiến đá cũng khó hiểu không kém.

The writing system was horribly different than other scripts.

Hệ thống chữ viết này khác biệt một cách khủng khiếp so với các hệ thống chữ viết khác.

A representation of half the world's leading experts was present.

Buổi lễ có sự góp mặt của đại diện một nửa số chuyên gia hàng đầu thế giới.

But no link to any known writing system could be established.

Nhưng không thể xác định được mối liên hệ nào với bất kỳ hệ thống chữ viết nào đã biết.

Everything frightfully suggested an old and unhallowed cycle of life.

Mọi thứ đều gợi lên một cách đáng sợ về một vòng tuần hoàn cũ kỹ và bất thánh.

A history in which our world and our conceptions played no part.

Một lịch sử mà thế giới của chúng ta và những quan niệm của chúng ta không hề đóng vai trò nào.

The experts shook their heads, admitting they had been defeated.

Các chuyên gia lắc đầu, thừa nhận mình đã thất bại.

But one expert did not give up quite so quickly.

Nhưng có một chuyên gia không dễ dàng bỏ cuộc.

He claimed to have a touch of bizarre familiarity with the subject.

Ông ta tuyên bố có một chút hiểu biết kỳ lạ về chủ đề này.

The monstrous shape and writing weren't entirely new to him.

Hình dạng quái dị và kiểu chữ đó không hoàn toàn mới lạ với anh ta.

With some diffidence he told of the odd trifle he knew.

Với chút dè dặt, anh ta kể về một vài chuyện vặt vãnh mà mình biết.

This person was the late William Channing Webb.

Người này là ông William Channing Webb quá cố.

He was professor of anthropology in Princeton University.

Ông là giáo sư nhân chủng học tại Đại học Princeton.

And he was an explorer of no small significance.

Và ông ấy là một nhà thám hiểm có tầm ảnh hưởng không nhỏ.

***

Forty-eight years ago he was exploring Greenland and Iceland.
Bốn mươi tám năm trước, ông ấy đang khám phá Greenland và Iceland.
His group were in search of some Runic inscriptions.
Nhóm của ông đang tìm kiếm một số chữ khắc rune.
But the expedition failed to unearth any inscriptions.
Nhưng đoàn thám hiểm đã không tìm thấy bất kỳ chữ khắc nào.
They trekked the heights of West Greenland's coasts.
Họ đã leo lên những vùng cao của bờ biển phía Tây Greenland.
Here they encountered a strange cult of degenerate Eskimos.
Tại đây, họ đã chạm trán với một giáo phái kỳ lạ của những người Eskimo suy đồi.
Their religion consisted of a form of devil-worship.
Tôn giáo của họ bao gồm một hình thức thờ cúng quỷ dữ.
And their rituals were deliberately bloodthirsty and repulsive.
Và các nghi lễ của họ cố tình mang tính khát máu và ghê tởm.
It was a faith of which other Eskimos knew little.
Đó là một tín ngưỡng mà những người Eskimo khác biết rất ít.
Locals shuddered at the mention of their practices.
Người dân địa phương rùng mình khi nghe nhắc đến những hủ tục đó.
They said their believes came from horribly ancient eons.
Họ nói rằng niềm tin của họ bắt nguồn từ những kỷ nguyên xa xưa khủng khiếp.
A time before the world as we know it now had ever been made.
Một thời kỳ trước khi thế giới như chúng ta biết ngày nay được tạo ra.

There were human sacrifices and queer hereditary rituals.

Có những nghi lễ hiến tế người và những nghi thức gia truyền kỳ lạ.

And all their worship was directed at a supreme tornasuk.

Và tất cả sự thờ phụng của họ đều hướng về một tornasuk tối cao.

Professor Webb had taken a phonetic copy from an aged angekok.

Giáo sư Webb đã sao chép cách phát âm từ một cây angekok cổ.

He had transcribed the wizard-priest's chants as best he could.

Ông ta đã ghi chép lại những lời niệm chú của pháp sư-thầy tế một cách tốt nhất có thể.

But currently these transcriptions weren't of prime significance.

Nhưng hiện tại, những bản ghi chép này không có ý nghĩa quan trọng hàng đầu.

The cult had a cherished stone that they worshipped.

Giáo phái này có một viên đá quý mà họ tôn thờ.

They danced wildly when the aurora leaped over the ice cliffs.

Họ nhảy múa cuồng nhiệt khi cực quang lóe lên trên những vách băng.

And in the midst of their dance was the strange stone.

Và giữa điệu nhảy của họ là một tảng đá kỳ lạ.

It was, the professor stated, a very crude bas-relief of stone.

Giáo sư cho biết, đó là một bức phù điêu bằng đá rất thô sơ.

The stone comprised a hideous picture and some cryptic writing.

Trên phiến đá có một bức tranh gớm ghiếc và một số chữ viết khó hiểu.

And as far as he could tell this stone was a rough parallel.

Theo như ông ta nhận định, tảng đá này có hình dạng tương đối song song.

The stone had all the same essential features of bestial things.

Hòn đá đó mang tất cả những đặc điểm cốt yếu của loài vật.

The scientists received this data with suspense and astonishment.

Các nhà khoa học đón nhận dữ liệu này với sự hồi hộp và kinh ngạc.

Even Inspector Legrasse had quickly gained an interest in mythology.

Ngay cả thanh tra Legrasse cũng nhanh chóng tỏ ra hứng thú với thần thoại.

And he began at once to ply his informant with questions.

Và ông ta lập tức bắt đầu dồn dập hỏi người cung cấp thông tin của mình.

He had notes of the oral ritual of the cult-worshipers in the swamp.

Ông ta có ghi chép về nghi lễ truyền miệng của những người thờ cúng trong đầm lầy.

He besought the professor to remember the diabolist Eskimos' chants.

Ông ta van xin giáo sư hãy nhớ lại những bài ca của người Eskimo theo đạo quỷ.

There then followed an exhaustive comparison of details.

Sau đó là một cuộc so sánh chi tiết kỹ lưỡng.

And there then followed a moment of really awed silence.

Và sau đó là một khoảnh khắc im lặng đầy kính phục.

The Eskimo wizards and the Louisiana swamp-priests were worlds apart.

Các pháp sư Eskimo và các thầy cúng vùng đầm lầy Louisiana hoàn toàn khác biệt nhau.

And yet there was a phrase the two hellish rituals had in common.

Thế nhưng, có một cụm từ mà cả hai nghi lễ kinh hoàng đó đều có chung.

"Ph'nglui mglw'nafh Cthulhu R'lyeh wgah'nagl fhtagn."

"Ph'nglui mglw'nafh Cthulhu R'lyeh wgah'nagl fhtagn."

***

Legrasse had one advantage over Professor Webb.

Legrasse có một lợi thế hơn Giáo sư Webb.

He had spoken to several of his mongrel prisoners.

Ông ta đã nói chuyện với một số tù nhân lai tạp của mình.

Some of them had passed on the phrase's meaning.

Một số người trong số họ đã truyền lại ý nghĩa của cụm từ đó.

"In his house at R'lyeh dead Cthulhu waits dreaming."

"Trong ngôi nhà của hắn ở R'lyeh, Cthulhu đã chết đang chờ đợi trong giấc mơ."

So the attention turned back to Inspector Legrasse.

Vì vậy, sự chú ý lại đổ dồn về Thanh tra Legrasse.

And he was probed with many disconnected questions.

Và ông ấy đã bị hỏi dồn dập nhiều câu hỏi rời rạc.

He detailed his experience with the worshipers from the swamp.

Ông đã kể chi tiết về trải nghiệm của mình với những người thờ cúng đến từ vùng đầm lầy.

My uncle attached profound significance to the story.

Chú tôi rất coi trọng câu chuyện đó.

The report savored of the wildest dreams of myth-makers.

Bản báo cáo mang đậm hương vị của những giấc mơ hoang đường nhất của những người tạo ra huyền thoại.

Theosophists could not have provided more imagination.

Những người theo thuyết Thần học không thể nào có trí tưởng tượng phong phú hơn thế.

But the philosophies came from unexpected sources.

Nhưng những triết lý đó lại đến từ những nguồn không ngờ tới.

Half-castes and pariahs told these fantastical stories.

Những người lai và người bị xã hội ruồng bỏ đã kể những câu chuyện kỳ ảo này.

On November 1st, 1907, his chain of events unfolded.

Vào ngày 1 tháng 11 năm 1907, chuỗi sự kiện của ông đã diễn ra.

The New Orleans police received desperate calls.

Cảnh sát New Orleans nhận được những cuộc gọi khẩn cấp.

They were called to the swamp and lagoon country to the south.

Họ được triệu tập đến vùng đầm lầy và phá nước ở phía nam.

The settlers there were mostly primitive, but good-natured.

Những người định cư ở đó phần lớn là người nguyên thủy, nhưng hiền lành.

Most living by the swamp were descendants of Lafitte's men.

Hầu hết những người sống gần đầm lầy đều là hậu duệ của những người lính dưới quyền Lafitte.

But now they were in the grip of stark terror.

Nhưng giờ đây họ đang chìm trong nỗi kinh hoàng tột độ.

An unknown thing had stolen upon them in the night.

Một thứ bí ẩn đã bất ngờ ập đến với họ trong đêm.

It was voodoo, apparently, that caused the disturbance.

Dường như chính bùa ngải là nguyên nhân gây ra sự hỗn loạn.

But it was a voodoo unlike the other forms of voodoo.

Nhưng đó là một loại bùa chú khác biệt so với các hình thức bùa chú khác.

Voodoo of a more terrible sort than they had ever known.

Đó là một loại bùa chú khủng khiếp hơn bất cứ thứ gì họ từng biết.

Some of their women and children had disappeared.

Một số phụ nữ và trẻ em của họ đã biến mất.

A malevolent drumming had begun its incessant beating.

Tiếng trống độc ác bắt đầu vang lên không ngừng.

Far and deep within those dark, black haunted woods.

Sâu thẳm bên trong khu rừng ma ám tối tăm, đen kịt ấy.

There, where no dweller dared to ventured close to.

Nơi đó, không một cư dân nào dám bén mảng đến gần.

There were insane shouts and harrowing screams.

Có những tiếng la hét điên cuồng và những tiếng thét kinh hoàng.

Soul-chilling chants and dancing devil-flames.

Những lời tụng niệm rợn người và những ngọn lửa quỷ dữ nhảy múa.

The messenger and his people could stand it no more.
Người đưa tin và những người đi cùng không thể chịu đựng
thêm nữa.
A body of twenty police set out in the late afternoon.
Một nhóm gồm hai mươi cảnh sát đã lên đường vào cuối buổi
chiều.
And a shivering settler came with them as a guide.
Và một người định cư run rẩy đi cùng họ với vai trò người
dẫn đường.

***

At the end of the passable road they alighted.
Khi đến cuối đoạn đường có thể đi qua, họ xuống xe.
For miles and miles they splashed on in silence.
Hàng dặm đường dài, họ lặng lẽ lướt đi.
And they went on through the terrible cypress woods.
Và họ tiếp tục đi xuyên qua khu rừng bách rậm rạp đáng sợ.
Dark, dark woods in which day but almost never came.
Khu rừng tối tăm, u ám nơi ngày dường như không bao giờ
đến.
Ugly roots set traps for them in the wet ground.
Những rễ cây xấu xí giăng bẫy chúng trong lòng đất ẩm ướt.
Malignant hanging nooses of Spanish moss beset them.
Những sợi rêu Tây Ban Nha chằng chịt như những chiếc
thòng lọng độc ác bao vây lấy họ.
In the distance the settlement slowly came into sight.
Từ xa, khu định cư dần hiện ra trước mắt.
Hysterical dwellers ran out of the miserable huts.
Những người dân hoảng loạn chạy tán loạn ra khỏi những túp
lều tồi tàn.
They clustered around the group of bobbing lanterns.
Họ tụ tập xung quanh nhóm đèn lồng đang đung đưa.
Far, far ahead the cause of all the fear could be heard.
Từ rất xa, người ta có thể nghe thấy tiếng vọng của nguyên
nhân gây ra mọi nỗi sợ hãi.
The muffled beat of drums was now faintly audible.

Tiếng trống dồn dập, dù bị bóp nghẹt, giờ chỉ còn nghe thấy lờ mờ.

At times the wind shifted and revealed different sounds.

Thỉnh thoảng, hướng gió đổi chiều và tạo ra những âm thanh khác nhau.

Curdling shrieks were audible at infrequent intervals.

Những tiếng thét chói tai thỉnh thoảng lại vang lên.

A reddish glare seemed to filter through the undergrowth.

Một luồng ánh sáng đỏ rực dường như xuyên qua bụi rậm.

The settlers were reluctant to be left alone again.

Những người định cư không muốn bị bỏ lại một mình lần nữa.

But they point blank refused to move forwards either.

Nhưng họ kiên quyết từ chối tiến lên phía trước.

So the inspector and his colleagues plunged on unguided.

Vì vậy, viên thanh tra và các đồng nghiệp của ông đã lao vào cuộc hành trình mà không có người dẫn đường.

And they went into the black arcades of horror.

Và họ bước vào những hành lang đen tối đầy kinh dị.

The region was one of traditionally evil repute.

Khu vực này vốn nổi tiếng là nơi có nhiều điều xấu xa.

The lands were substantially unknown by white men.

Vùng đất này hầu như chưa được người da trắng biết đến.

Not many explorers had traversed those regions yet.

Chưa có nhiều nhà thám hiểm từng đi qua những vùng đất đó.

There were also legends of a hidden away lake.

Ngoài ra còn có những truyền thuyết về một hồ nước ẩn khuất.

A body of water still unglimpsed by mortal sight.

Một vùng nước vẫn chưa từng được con người nhìn thấy.

In the lake it was said there dwelt a strange creature.

Tương truyền rằng, trong hồ có một sinh vật kỳ lạ sinh sống.

A huge, formless white polypous thing with luminous eye.

Một vật thể khổng lồ, vô định hình, màu trắng, dạng polyp với con mắt phát sáng.

And settlers whispered about bat-winged devils.

Và những người định cư thì thầm về những con quỷ có cánh dơi.

They flew up out of caverns from the inner earth.

Chúng bay lên từ các hang động sâu trong lòng đất.

And together the demons worship it at midnight.

Và lũ quỷ cùng nhau thờ phụng nó vào lúc nửa đêm.

They said it had been there before D'Iberville.

Họ nói rằng nó đã ở đó trước cả D'Iberville.

They said it had been there before La Salle too.

Họ nói rằng nó đã ở đó trước cả trường La Salle.

They said it was there before the Native Americans.

Họ nói rằng nó đã tồn tại ở đó trước cả người bản địa Mỹ.

Perhaps it was even there before the wholesome beasts.

Có lẽ nó đã tồn tại trước cả những loài thú hiền lành.

It was a nightmare itself that made men dream.

Chính cơn ác mộng ấy đã khiến con người phải mơ mộng.

And to see the thing was the same as death.

Và khi nhìn thấy cảnh tượng đó, ta cũng chẳng khác gì cái chết.

And so they had enough warning to know to keep away.

Vì vậy, họ đã có đủ thời gian cảnh báo để biết phải tránh xa.

Because it was indeed where they were warned it was.

Vì quả thực đó chính là nơi họ đã được cảnh báo.

The voodoo orgy was on the fringe of this abhorred area.

Buổi lễ thờ cúng ma thuật Voodoo diễn ra ở vùng rìa của khu vực đáng ghê tởm này.

But the location was already bad enough by itself.

Nhưng vị trí đó vốn dĩ đã không tốt rồi.

The voodoo activities only added to the horror.

Các hoạt động phù thủy chỉ càng làm tăng thêm sự kinh hoàng.

Perhaps poetry could do justice to the noises heard.

Có lẽ thơ ca có thể diễn tả trọn vẹn những âm thanh đã nghe được.

Otherwise only madness would help one understand.

Nếu không thì chỉ có sự điên rồ mới giúp người ta hiểu được.

But Legrasse's plowed on through the black morass.

Nhưng Legrasse vẫn tiếp tục tiến bước xuyên qua vũng lầy đen tối đó.

The sound of the muffled drumming slowly crystalized.

Âm thanh của tiếng trống trầm đục dần dần trở nên rõ ràng hơn.

And they continued steadily towards the red glare.

Và họ tiếp tục tiến về phía ánh sáng đỏ rực một cách đều đều.

***

There are vocal qualities specific to men.

Có những đặc điểm giọng nói riêng biệt ở nam giới.

And there are vocal qualities specific to beasts.

Và mỗi loài thú đều có những đặc điểm giọng nói riêng biệt.

It is terrible when one makes the sounds of the other.

Thật kinh khủng khi người này lại phát ra âm thanh giống hệt người kia.

Animal fury freed them of their human restraint.

Sự cuồng nộ của loài vật đã giải phóng chúng khỏi những ràng buộc của con người.

Orgiastic license whipped them into demoniac heights.

Sự buông thả phóng túng đã đẩy họ lên đến đỉnh cao của sự quỷ quyệt.

Howls that tore through those perpetually dark woods.

Những tiếng hú xé tan khu rừng tối tăm vĩnh cửu ấy.

Squawking ecstasies that echoed in everyone's mind.

Những tiếng kêu ngây ngất vang vọng trong tâm trí mọi người.

Sounds like pestilential tempests from the gulfs of hell.

Nghe như những cơn bão dịch bệnh từ vực sâu địa ngục vậy.

Now and then the less organized ululations would cease.

Thỉnh thoảng, những tiếng hú hét thiếu tổ chức đó lại im bặt.

A well-drilled chorus of hoarse voices rose in singsong.

Một dàn đồng ca gồm những giọng hát khàn khàn được luyện tập kỹ lưỡng vang lên như một bài hát ngân nga.

And they chanted that hideous phrase of their ritual.

Và họ hô vang câu thần chú ghê tởm trong nghi lễ của mình.

"Ph'nglui mglw'nafh Cthulhu R'lyeh wgah'nagl fhtagn"

"Ph'nglui mglw'nafh Cthulhu R'lyeh wgah'nagl fhtagn"

Then the men reached a spot where the trees were sparser.

Sau đó, những người đàn ông đến một nơi có cây cối thưa thớt hơn.

Suddenly they come in sight of the spectacle itself.

Đột nhiên, họ nhìn thấy toàn cảnh tượng đó.

Four of them reeled from the horrible things they saw.

Bốn người trong số họ vẫn còn bàng hoàng trước những cảnh tượng kinh hoàng mà họ đã chứng kiến.

One man fainted, and two were shaken into a frantic cry.

Một người ngất xỉu, và hai người khác hoảng sợ la hét.

Fortunately their screams were not heard by other ears.

May mắn thay, tiếng hét của họ không bị người khác nghe thấy.

The mad cacophony of the orgy deadened their screams.

Tiếng ồn ào điên cuồng của cuộc thác loạn đã át đi tiếng la hét của họ.

Legrasse splashed swamp water on the fainting man.

Legrasse tạt nước đầm lầy vào người đàn ông đang ngất xỉu.

They stood up again, but nearly hypnotized with horror.

Họ đứng dậy, nhưng gần như chết lặng vì kinh hoàng.

In a natural glade of the swamp stood a grassy island.

Trong một khoảng đất trống tự nhiên giữa đầm lầy có một hòn đảo phủ đầy cỏ.

The grassy island extended perhaps for an acre.

Hòn đảo cỏ đó có lẽ trải rộng khoảng một mẫu Anh.

And the area was clear of trees and tolerably dry.

Khu vực đó không có cây cối và khá khô ráo.

A horde of human abnormality leaped and twisted.

Một đám quái dị người nhảy nhót và vặn vẹo.

No Sime could paint what the men were seeing.

Không một họa sĩ nào có thể vẽ được những gì mà những người đàn ông đó đang nhìn thấy.

No Angarola has ever painted such an indescribable scene.

Chưa có họa sĩ nào của Angarola từng vẽ được một cảnh tượng khó tả đến thế.

The hybrid spawn made a monstrous ring-shaped bonfire.
Con quái vật lai tạo ra một đống lửa khổng lồ hình vòng tròn.
They brayed bellowed and writhed about in their nudity.
Chúng rống lên, gào thét và quằn quại trong tình trạng trần truồng.
Occasionally there were rifts in the curtain of flame.
Thỉnh thoảng, bức màn lửa lại xuất hiện những khe hở.
And there the object of their worship revealed itself.
Và tại đó, đối tượng mà họ tôn thờ đã tự hiển lộ.
In the midst of the fire stood a great granite monolith.
Giữa đám cháy, một khối đá granit khổng lồ sừng sững đứng đó.
The stone structure was only about eight feet in height.
Công trình bằng đá này chỉ cao khoảng tám feet (khoảng 2,4 mét).
And the noxious carven statuette rested on the monolith.
Và bức tượng chạm khắc độc hại đó nằm trên khối đá nguyên khối.
The idle was almost incongruous in its diminutiveness.
Sự nhàn rỗi ấy gần như không phù hợp vì kích thước nhỏ bé của nó.
Spaced evenly, scaffolds had been erected around the fire.
Các giàn giáo được dựng lên đều nhau xung quanh đám cháy.
From the scaffolding hung a number of marred bodies.
Từ giàn giáo treo lủng lẳng nhiều thi thể bị thương.
The bodies of those that had disappeared from nearby.
Thi thể của những người mất tích ở khu vực lân cận.
It was inside this circle the ring of worshipers were.
Vòng tròn người thờ cúng nằm bên trong vòng tròn đó.
And they roared and jumped in the frantic trance.
Và chúng gầm rú, nhảy nhót trong cơn cuồng loạn.
The general direction of the motion was anti-clockwise.
Hướng chuyển động chung là ngược chiều kim đồng hồ.
The ring of bodies circling around the ring of fire.
Vòng tròn các thi thể xoay quanh vòng lửa.
One man recollected other details even more concerning.

Một người đàn ông khác nhớ lại những chi tiết còn đáng lo ngại hơn nữa.

But perhaps the echoes induced him to hear other things.

Nhưng có lẽ những tiếng vọng đã khiến anh ta nghe thấy những điều khác.

He fancied he heard antiphonal responses to the ritual.

Ông ta tưởng như nghe thấy những lời đáp lại đối đáp với nghi lễ đó.

Noises from an unillumined spot deeper within the woods.

Những âm thanh phát ra từ một nơi tối tăm sâu trong rừng.

This man, Joseph D. Galvez, I later met and questioned.

Tôi đã gặp và thẩm vấn người đàn ông này, Joseph D. Galvez, sau đó.

And he proved to indeed be distractingly imaginative.

Và quả thực, ông ấy sở hữu trí tưởng tượng phong phú đến mức khiến người ta xao nhãng.

He even hinted at the faint beating of great wings.

Ông thậm chí còn ám chỉ đến tiếng vỗ cánh nhẹ nhàng của những đôi cánh khổng lồ.

And he suggested there was a glimpse of shining eyes.

Và ông ấy gợi ý rằng có một thoáng ánh mắt sáng ngời.

And beyond the trees, a mountainous white bulk of something.

Và phía sau những tán cây, là một khối núi trắng khổng lồ nào đó.

I suppose he had heard too much native superstition.

Tôi cho rằng anh ta đã nghe quá nhiều điều mê tín dị đoan của người bản xứ.

But actually the horrified pause was relatively brief.

Nhưng thực tế, khoảnh khắc sững sờ đó tương đối ngắn.

Duty came first, and they had come to do a job.

Nhiệm vụ là trên hết, và họ đến đây để hoàn thành nhiệm vụ.

***

There must have been nearly a hundred mongrel celebrants.

Chắc hẳn phải có gần một trăm người tham dự lễ hội thuộc nhiều giống chó khác nhau.

But the police were able to rely on their firearms.

Nhưng cảnh sát đã có thể dựa vào vũ khí của họ.

And they plunged determinedly into the nauseous rout.

Và họ lao mình một cách quyết tâm vào cuộc tháo chạy kinh hoàng đó.

For five minutes the chaotic din was beyond description.

Trong năm phút đó, tiếng ồn hỗn loạn không thể diễn tả nổi.

Wild blows were struck and shots were fired.

Những cú đấm dữ dội vang lên và tiếng súng nổ ra.

Some escaped arrest by running into the darkness.

Một số kẻ đã trốn thoát khỏi sự bắt giữ bằng cách chạy vào bóng tối.

They had a better knowledge of the layout of the swamp.

Họ hiểu rõ hơn về địa hình đầm lầy.

But Legrasse and his men caught around half of them.

Nhưng Legrasse và người của ông đã bắt được khoảng một nửa số đó.

And they counted around forty-seven sullen prisoners.

Và họ đếm được khoảng bốn mươi bảy tù nhân với vẻ mặt cau có.

They were forced to put on their clothes again.

Họ bị buộc phải mặc lại quần áo.

And they fell into line between two rows of policemen.

Và họ xếp thành hàng giữa hai hàng cảnh sát.

Five of the worshipers lay dead by the fire.

Năm người trong số những người đang cầu nguyện đã chết bên cạnh đám cháy.

Two severely wounded prisoners were carried away.

Hai tù nhân bị thương nặng đã được đưa đi.

Of course the image on the monolith was removed.

Dĩ nhiên, hình ảnh trên khối đá nguyên khối đã bị xóa bỏ.

Legrasse himself took the evidence to the police station.

Chính Legrasse đã mang bằng chứng đến đồn cảnh sát.

The trip back to the headquarters was of intense strain.

Chuyến trở về trụ sở chính vô cùng căng thẳng.

The men were examined when they got back to civilization.
Những người đàn ông này đã được kiểm tra sức khỏe khi họ trở về khu vực có văn minh.
The prisoners all proved to be men of a very low type.
Tất cả các tù nhân đều là những người thuộc tầng lớp rất thấp kém.
They were all mixed-blooded, and mentally aberrant.
Họ đều là người lai và có vấn đề về tâm thần.
Most were seamen by trade, or some similar professions.
Đa số họ là thủy thủ hoặc làm những nghề tương tự.
Negroes and mulattoes were sprinkled among them.
Trong số họ có cả người da đen và người lai.
But most seemed to be West Indians or Brava Portuguese.
Nhưng đa số dường như là người Tây Ấn hoặc người Bồ Đào Nha vùng Brava.
They primarily came from the Cape Verde Islands.
Họ chủ yếu đến từ quần đảo Cape Verde.
They gave the heterogeneous cult a coloring of voodooism.
Họ đã khoác lên tín ngưỡng hỗn tạp đó một màu sắc của tín ngưỡng phù thủy.
But there wasn't even a need to ask too many questions.
Nhưng thậm chí không cần phải hỏi quá nhiều câu hỏi.
The conclusion quickly became manifest by itself.
Kết luận nhanh chóng tự hiển nhiên.
Something far deeper than negro fetishism was involved.
Vấn đề nằm ở chỗ nó sâu xa hơn nhiều so với sự sùng bái người da đen.
Although ignorant, but their story was consistent.
Mặc dù thiếu hiểu biết, nhưng câu chuyện của họ lại nhất quán.
The creatures all spoke of the same central idea.
Tất cả các sinh vật đều nói về cùng một ý tưởng cốt lõi.
They certainly all shared the same loathsome faith.
Chắc chắn tất cả bọn họ đều có chung một niềm tin đáng ghê tởm.
They worshiped, so they said, the great old ones.
Theo lời kể, họ thờ phụng các vị thần cổ đại vĩ đại.

The great old ones lived long before there were any men.

Những bậc tiền bối vĩ đại đã sống từ rất lâu trước khi loài người xuất hiện.

And they came to the young world out of the sky.

Và họ từ trên trời giáng xuống thế giới non trẻ này.

Those old ones were now gone, they explained.

Họ giải thích rằng những người cũ đó giờ đã không còn nữa.

They were now inside the earth and under the sea.

Lúc này họ đang ở bên trong lòng đất và dưới đáy biển.

But their dead bodies found ways to tell their secrets.

Nhưng những thi thể của họ vẫn tìm cách tiết lộ bí mật.

They whispered into the dreams of the first men.

Chúng thì thầm vào giấc mơ của những người đàn ông đầu tiên.

And the first men formed a cult which has never died.

Và những người đầu tiên đã lập nên một tín ngưỡng chưa bao giờ biến mất.

***

The cult had always existed, and always would exist.

Giáo phái đó đã luôn tồn tại và sẽ luôn tồn tại.

Their followers were hidden in wastes all over the world.

Những người theo họ đã ẩn náu trong các bãi rác trên khắp thế giới.

Their followers were in dark places explorers overlooked.

Những người theo họ ẩn náu ở những nơi tối tăm mà các nhà thám hiểm đã bỏ sót.

And they would remain hidden until they were called.

Và họ sẽ ẩn náu cho đến khi được gọi.

When the great priest Cthulhu rises again to the surface.

Khi vị tư tế vĩ đại Cthulhu trỗi dậy một lần nữa.

When Cthulhu brings the earth again beneath his sway.

Khi Cthulhu một lần nữa nắm quyền kiểm soát Trái Đất.

When Cthulhu leaves from his dark house in the mighty city of R'lyeh.

Khi Cthulhu rời khỏi ngôi nhà tăm tối của hắn trong thành phố hùng vĩ R'lyeh.

Some day he was going call, when the stars were ready.

Rồi một ngày nào đó, anh ấy sẽ gọi điện, khi những vì sao đã sẵn sàng.

And the secret cult will always be waiting to liberate him.

Và giáo phái bí mật sẽ luôn chờ đợi để giải thoát anh ta.

Meanwhile, no more of his story must be told.

Trong khi đó, không được phép kể thêm bất cứ điều gì về câu chuyện của anh ấy nữa.

There was a secret even torture could not extract.

Có một bí mật mà ngay cả tra tấn cũng không thể moi ra được.

Mankind was not alone among the conscious things of earth.

Loài người không phải là sinh vật duy nhất có tri giác trên Trái đất.

Because shapes came out of the dark to visit the faithful few.

Bởi vì những hình thù kỳ dị bất ngờ xuất hiện từ bóng tối để viếng thăm những người tín đồ trung thành.

But these were not the great old ones.

Nhưng đây không phải là những vị thần vĩ đại thời xưa.

No man had ever seen the great old ones.

Chưa từng có người nào nhìn thấy những vị thần cổ đại vĩ đại đó.

The carven idol was of great Cthulhu.

Bức tượng chạm khắc đó là tượng của Cthulhu vĩ đại.

None could say whether the others were like him.

Không ai có thể nói liệu những người khác có giống anh ta hay không.

No one could read the old writing now.

Không ai có thể đọc được chữ viết cổ đó nữa.

Instead, things were told by word of mouth.

Thay vào đó, mọi việc được truyền miệng.

The chanted ritual was not the secret.

Nghi thức tụng niệm không phải là điều bí mật.

The secret was never spoken aloud, only whispered.

Bí mật đó không bao giờ được nói ra thành lời, chỉ được thì thầm.

The chant meant one thing, and one thing alone:
Lời hô vang đó chỉ mang một ý nghĩa duy nhất:
"In his house at R'lyeh dead Cthulhu waits dreaming."
"Trong ngôi nhà của hắn ở R'lyeh, Cthulhu đã chết đang chờ đợi trong giấc mơ."
Only two of the prisoners were found sane enough to be hanged.
Chỉ có hai trong số các tù nhân được xác định là đủ tỉnh táo để bị treo cổ.
The rest of them were committed to various institutions.
Những người còn lại được đưa vào các cơ sở khác nhau.
All denied to have taken any part in the ritual murders.
Tất cả đều phủ nhận việc tham gia vào các vụ giết người theo nghi thức.
They said the killing had been done by something else.
Họ nói rằng vụ giết người do một thế lực khác gây ra.
"The black-winged ones," they each insisted, separately.
"Những con có cánh đen," mỗi người đều khẳng định như vậy.
They had come to them from their immemorial meeting-place.
Họ đến từ nơi gặp gỡ xa xưa của họ.
They had arisen out from the haunted woodlands.
Chúng trồi lên từ khu rừng ma ám.
But the stories of mysterious allies were inconsistent.
Nhưng những câu chuyện về các đồng minh bí ẩn lại không nhất quán.

***

What the police did extract came mainly from one man.
Những thông tin mà cảnh sát thu thập được chủ yếu đến từ một người đàn ông.
An immensely aged mestizo named Castro.
Một người lai rất già tên là Castro.
He claimed to have sailed to strange ports.
Ông ta tuyên bố đã từng đi thuyền đến những cảng biển kỳ lạ.

And he said he had been to the mountains of China.

Và ông ấy nói rằng ông ấy đã từng đến vùng núi ở Trung Quốc.

There he talked with undying leaders of the cult.

Tại đó, ông đã trò chuyện với những thủ lĩnh bất tử của giáo phái.

Old Castro remembered bits of hideous legend.

Ông Castro già nhớ lại một vài chi tiết trong những truyền thuyết kinh hoàng.

His legends paled the speculations of theosophists.

Những câu chuyện huyền thoại về ông đã làm lu mờ những suy đoán của các nhà thần học.

His stories made man seem like a recent creation.

Những câu chuyện của ông khiến con người dường như là một tạo vật mới được tạo ra gần đây.

Even the world was transient in his account of things.

Ngay cả thế giới cũng chỉ là phù du trong cách nhìn nhận của ông.

There had been eons when other Things ruled on the earth.

Đã từng có những kỷ nguyên dài khi những Thực thể khác thống trị trái đất.

And they had had great cities here on the earth.

Và họ đã từng có những thành phố lớn trên trái đất này.

The deathless Chinamen told him reserved secrets.

Những người Trung Quốc bất tử đã tiết lộ cho ông những bí mật được giữ kín.

He had told him their ruins could still be found.

Ông ấy đã nói với anh ta rằng tàn tích của chúng vẫn còn có thể tìm thấy.

There were still Cyclopean stones on islands in the Pacific.

Vẫn còn những khối đá khổng lồ Cyclopean trên các hòn đảo ở Thái Bình Dương.

They all died vast epochs of time before man came.

Tất cả chúng đều đã chết từ những kỷ nguyên xa xưa trước khi loài người xuất hiện.

But there were knowledges and practices in ancients arts.

Nhưng vẫn có những kiến thức và kỹ thuật trong nghệ thuật cổ đại.

Special rituals which could revive them again, in time.

Những nghi lễ đặc biệt có thể hồi sinh họ một lần nữa, theo thời gian.

In the cycle of eternity their return was inevitable.

Trong vòng tuần hoàn vĩnh hằng, sự trở lại của họ là điều không thể tránh khỏi.

When the stars come round again to the right positions

Khi các vì sao lại quay trở lại đúng vị trí của mình.

They had, indeed themselves come from the stars.

Quả thực, chính họ cũng đến từ các vì sao.

"These great old ones," Castro continued.

"Những bậc lão thành vĩ đại này," Castro tiếp tục.

They were not composed entirely of flesh and blood.

Chúng không hoàn toàn được cấu tạo từ thịt và máu.

They had shape," Castro insisted, confidently.

"Chúng có hình dạng rõ ràng," Castro khẳng định một cách tự tin.

And he had strange proof for what he believed.

Và ông ta có những bằng chứng kỳ lạ để củng cố niềm tin của mình.

But the shape they took on was not made of matter.

Nhưng hình dạng mà chúng mang không được tạo thành từ vật chất.

When the stars were in their right positions.

Khi các vì sao ở đúng vị trí của chúng.

Then they could plunge from one world to another.

Rồi họ có thể lao từ thế giới này sang thế giới khác.

Because they can move themselves through the sky.

Vì chúng có thể tự di chuyển trên bầu trời.

But when the stars were wrong, they cannot live.

Nhưng khi số phận đưa đẩy họ sai lầm, họ không thể sống được.

And it is true that they no longer live like we do.

Và đúng là họ không còn sống như chúng ta nữa.

But despite that, they never really die either.

Nhưng dù vậy, chúng cũng không bao giờ thực sự chết.
They rest in stone houses in their great city of R'lyeh.
Họ nghỉ ngơi trong những ngôi nhà đá ở thành phố lớn R'lyeh của họ.
They are preserved by the spells of mighty Cthulhu.
Chúng được bảo tồn nhờ phép thuật của Cthulhu hùng mạnh.
So there they lie, unaffected by the passing of time.
Vậy là chúng vẫn nằm đó, không hề bị ảnh hưởng bởi thời gian.
And they wait for another glorious resurrection.
Và họ chờ đợi một sự phục sinh vinh quang khác.
When the stars and earth are ready for them again.
Khi các vì sao và trái đất sẵn sàng đón nhận họ một lần nữa.
But they are still dependent on an outside force.
Nhưng họ vẫn phụ thuộc vào một yếu tố bên ngoài.
A force from outside served to liberate their bodies.
Một thế lực bên ngoài đã giải phóng thân xác họ.
The spells preserved them and kept them intact.
Những phép thuật đó đã bảo quản và giữ cho chúng nguyên vẹn.
But the spells also kept them from breaking free.
Nhưng những bùa chú đó cũng ngăn cản họ thoát khỏi xiềng xích.
So they could only lie awake in the dark and think.
Vì vậy, họ chỉ có thể nằm thao thức trong bóng tối và suy nghĩ.

***

In the meantime uncounted millions of years rolled by.
Trong khi đó, hàng triệu năm không đếm xuể đã trôi qua.
They knew all that was occurring in the universe.
Họ biết tất cả những gì đang xảy ra trong vũ trụ.
Because their mode of speech was transmitted thought.
Bởi vì phương thức giao tiếp của họ được truyền tải thông qua suy nghĩ.
Even now they were talking in their tombs.

Ngay cả bây giờ, họ vẫn đang trò chuyện trong mộ.

Then, after infinities of chaos, the first men came.

Rồi, sau vô vàn hỗn loạn, những con người đầu tiên xuất hiện.

The great old ones spoke to the sensitive among them.

Những bậc hiền triết vĩ đại đã nói chuyện với những người nhạy cảm trong số họ.

They spoke to them by molding their dreams.

Họ đã giao tiếp với họ bằng cách định hình ước mơ của họ.

Only that way could their language reach the fleshly minds of mammals.

Chỉ bằng cách đó, ngôn ngữ của họ mới có thể tiếp cận được tâm trí trần tục của các loài thú.

Then, whispered Castro, those first men formed the cult.

Rồi Castro thì thầm, những người đầu tiên đó đã thành lập giáo phái.

They organized themselves around small idols.

Họ tự sắp xếp xung quanh những bức tượng nhỏ.

The small idols which the great ones had shown them.

Những bức tượng nhỏ mà các bậc vĩ nhân đã cho họ xem.

Idols brought from dim eras from dark stars.

Những thần tượng được mang đến từ những thời đại mờ ảo, từ những vì sao đen tối.

That cult would never die till the stars came right again.

Giáo phái đó sẽ không bao giờ biến mất cho đến khi các vì sao lại sắp xếp đúng vị trí.

The secret priests were going to take great Cthulhu from His tomb.

Các thầy tế bí mật định đưa Cthulhu vĩ đại ra khỏi lăng mộ của Ngài.

And they were going to revive His subjects.

Và họ sẽ khôi phục lại thần dân của Ngài.

And then Cthulhu was going to resume His rule of earth.

Và rồi Cthulhu sẽ tiếp tục cai trị Trái Đất.

The right time was going to reveal itself quite clearly.

Thời điểm thích hợp sẽ sớm lộ diện một cách rõ ràng.

At that time mankind will have become as the great old ones.

Vào thời điểm đó, loài người sẽ trở nên giống như những bậc tiền nhân vĩ đại.

They will be free and wild and beyond good and evil.

Chúng sẽ tự do, hoang dã và vượt lên trên cả thiện và ác.

Laws and morals are going to be thrown aside.

Luật lệ và đạo đức sẽ bị gạt bỏ.

All men will be shouting and killing and reveling in joy.

Tất cả mọi người sẽ hò hét, giết chóc và hân hoan trong niềm vui sướng.

Then the liberated old ones will teach them the new ways.

Rồi những người già được giải phóng sẽ dạy họ những phương pháp mới.

New ways to shout and kill and revel and enjoy.

Những cách thức mới để la hét, giết chóc, ăn mừng và tận hưởng.

And all the earth will flame with a holocaust of ecstasy and freedom.

Và cả trái đất sẽ bùng cháy trong một cơn cuồng nộ của niềm hân hoan và tự do.

Meanwhile the cult had to practice the appropriate rites.

Trong khi đó, giáo phái này phải thực hiện các nghi lễ phù hợp.

They had to keep alive the memory of those ancient ways.

Họ phải giữ gìn ký ức về những phong tục cổ xưa đó.

And they had to shadow forth the prophecy of their return.

Và họ phải thể hiện lời tiên tri về sự trở lại của mình.

In the elder time chosen men spoke with the entombed Old Ones.

Vào thời xa xưa, những người được chọn đã trò chuyện với các Thần Cổ đại được chôn cất.

The entombed Old Ones spoke to them in their dreams.

Những vị Thần Cổ Đại đã an nghỉ trong mộ và trò chuyện với họ trong giấc mơ.

But then something disturbed their means of communication.

Nhưng rồi điều gì đó đã làm gián đoạn phương tiện liên lạc của họ.

The great stone in the city R'lyeh had sunk beneath the waves.

Tảng đá lớn ở thành phố R'lyeh đã chìm xuống dưới những con sóng.

And the monoliths and sepulchers were beneath the waters.

Và những khối đá nguyên khối cùng các lăng mộ nằm dưới mặt nước.

Deep waters full of the one primal mystery.

Vùng biển sâu thẳm chứa đựng một bí ẩn nguyên thủy duy nhất.

Waters through which not even thought can pass.

Dòng nước mà ngay cả suy nghĩ cũng không thể xuyên qua.

Water that cut off their spectral communication.

Nước đã cắt đứt sự giao tiếp quang phổ của chúng.

But the memory of the rites and rituals never died.

Nhưng ký ức về các nghi lễ và tục lệ ấy không bao giờ phai mờ.

And high priests said that the city would rise again.

Và các thầy tế lễ cấp cao nói rằng thành phố sẽ hồi sinh.

When the stars were right Cthulhu was going to return.

Khi các vì sao ở đúng vị trí, Cthulhu sẽ trở lại.

The moldy black spirits of the earth will come out again.

Những linh hồn đen tối mục nát của đất mẹ sẽ lại trỗi dậy.

Shadowy black spirits full of dim rumors.

Những linh hồn đen tối mờ ảo đầy rẫy những lời đồn đại u ám.

***

The spirits collected in caverns beneath forgotten sea-bottoms.

Những linh hồn tụ tập trong các hang động nằm sâu dưới đáy biển bị lãng quên.

But of those spirits old Castro dared not speak much.

Nhưng về những linh hồn ấy, lão Castro không dám nói nhiều.

And he hurriedly cut himself off from the topic.

Và ông ta vội vàng chuyển chủ đề sang vấn đề khác.

No amount of persuasion could elicit more in this direction.

Dù có thuyết phục thế nào đi nữa cũng không thể khiến họ đồng tình hơn theo hướng này.

No subtlety could convince him to speak of those spirits.

Không lời lẽ tế nhị nào có thể thuyết phục ông ta nói về những linh hồn đó.

The size of the old ones, too, he curiously declined to mention.

Ông ta cũng lạ lùng thay từ chối đề cập đến kích thước của những chiếc cũ.

And of the cult he spoke very little too.

Và ông ấy cũng nói rất ít về giáo phái đó.

He thought the center lay amid the pathless deserts of Arabia.

Ông ta cho rằng trung tâm nằm giữa những sa mạc rộng lớn không lối đi của bán đảo Ả Rập.

There in Irem, the City of Pillars, dreams hidden and untouched.

Ở Irem, Thành phố của những Cột trụ, những giấc mơ vẫn còn ẩn giấu và nguyên vẹn.

This cult was not allied to the European witch-cult.

Giáo phái này không liên minh với giáo phái phù thủy châu Âu.

And the cult was virtually unknown beyond its members.

Và giáo phái này hầu như không được biết đến bên ngoài các thành viên của nó.

No book had ever really hinted of their knowledge.

Chưa có cuốn sách nào thực sự hé lộ về kiến thức của họ.

Though the deathless Chinamen said the mad Arab Abdul Alhazred came close.

Mặc dù những người Trung Quốc bất tử nói rằng gã Ả Rập điên Abdul Alhazred đã suýt đạt được điều đó.

He said that there were double meanings in his Necronomicon.

Ông ta nói rằng cuốn Necronomicon của ông ta chứa đựng nhiều ý nghĩa hai mặt.

The initiated were free to read it if they wanted to.

Những người đã được khai tâm có thể tự do đọc nó nếu họ muốn.

And they should pay attention to one couplet in particular.

Và họ nên chú ý đến một cặp câu thơ đặc biệt.

"That which is not dead can sleep for eternity,"

"Cái gì không chết thì có thể ngủ yên vĩnh hằng."

"And with strange eons even death may die."

"Và với những kỷ nguyên kỳ lạ, ngay cả cái chết cũng có thể biến mất."

Legrasse had been deeply impressed by what he heard.

Legrasse đã vô cùng ấn tượng trước những gì mình nghe được.

And he was not a little bewildered by the tale.

Và ông ấy không khỏi ngạc nhiên trước câu chuyện đó.

He inquired in vain about the historic affiliations of the cult.

Ông ta đã tìm hiểu về nguồn gốc lịch sử của giáo phái này nhưng không thành công.

Castro, apparently, had told the truth about the oath of secrecy.

Dường như Castro đã nói sự thật về lời thề giữ bí mật.

The authorities at Tulane University could not offer much help either.

Các nhà chức trách tại Đại học Tulane cũng không thể giúp đỡ được nhiều.

The were not able to shed no light upon neither cult, nor the image.

Họ không thể làm sáng tỏ được gì về giáo phái hay bức tượng đó.

And now the detective had come to the highest authorities in the country.

Và giờ đây, vị thám tử đã đến gặp những người có quyền lực cao nhất trong cả nước.

And he heard none other than Professor Webb' tale in Greenland.

Và ông đã nghe được câu chuyện của chính Giáo sư Webb ở Greenland.

***

Legrasse's tale aroused feverish interest at the meeting.
Câu chuyện của Legrasse đã khơi dậy sự quan tâm sôi nổi tại cuộc họp.
The story was not only significant in its implications.
Câu chuyện không chỉ có ý nghĩa quan trọng ở những hàm ý của nó.
But the story was also corroborated by the statuette.
Nhưng câu chuyện cũng được chứng thực bởi bức tượng nhỏ.
The excitement echoed in the subsequent correspondence.
Sự phấn khích đó càng được thể hiện rõ trong những thư từ trao đổi sau đó.
Those who attended stayed in close contact with each other.
Những người tham dự vẫn giữ liên lạc chặt chẽ với nhau.
Although scant mention occurs in the formal publications.
Mặc dù vấn đề này hiếm khi được đề cập trong các ấn phẩm chính thức.
Caution is the first care of those accustomed to charlatanry.
Thận trọng là điều cần thiết hàng đầu đối với những người quen với sự lừa đảo.
Impostures are kept out as much as it is possible.
Những kẻ giả mạo sẽ bị loại bỏ ở mức tối đa có thể.
Legrasse for some time lent the image to Professor Webb.
Trong một thời gian, Legrasse đã cho Giáo sư Webb mượn bức ảnh này.
But at the latter's death the image was returned to him.
Nhưng sau khi người đó qua đời, bức tranh đã được trả lại cho ông.
And the image remains in Legrasse's possession.
Và bức ảnh vẫn nằm trong tay Legrasse.
This is where I viewed the terrible image not long ago.
Đây là nơi tôi đã nhìn thấy bức ảnh kinh khủng đó cách đây không lâu.
The image is unmistakably akin to Wilcox' dream-sculpture.

Hình ảnh này rõ ràng rất giống với tác phẩm điêu khắc trong giấc mơ của Wilcox.

It was no wonder my uncle was so excited by his tale.

Chẳng trách chú tôi lại hào hứng đến thế với câu chuyện đó.

And I'm not surprised he made the efforts he made.

Và tôi không ngạc nhiên khi anh ấy đã nỗ lực như vậy.

He had heard everything Legrasse knew of the cult.

Ông ta đã nghe hết mọi điều Legrasse biết về giáo phái đó.

And the strange cultish dreams of a sensitive young man.

Và những giấc mơ kỳ lạ mang tính giáo phái của một chàng trai trẻ nhạy cảm.

The bas-relief just like the one from the swamp.

Phù điêu này giống hệt phù điêu ở đầm lầy.

The addition of the devil tablet in Greenland.

Việc bổ sung tấm bia đá hình quỷ ở Greenland.

The exact same words used in three remote occurrences.

Những từ ngữ hoàn toàn giống nhau được sử dụng trong ba lần xuất hiện khác nhau.

The Eskimo diabolists, the mongrels in Louisiana, and then Wilcox.

Những kẻ thờ quỷ người Eskimo, những kẻ lai tạp ở Louisiana, và sau đó là Wilcox.

What other conclusion could one possibly have come to?

Còn kết luận nào khác có thể được đưa ra?

It's only natural Professor Angel pursued this conclusion.

Việc Giáo sư Angel theo đuổi kết luận này là điều hoàn toàn tự nhiên.

And I wouldn't have expected him to be less thorough.

Và tôi cũng không ngờ anh ta lại thiếu kỹ lưỡng đến vậy.

My great-uncle was a man of principled academic rigor.

Ông chú tôi là một người có nguyên tắc và sự nghiêm túc trong học tập.

Though privately I also had other plausible theories.

Mặc dù trong thâm tâm tôi cũng có những giả thuyết hợp lý khác.

I suspected young Wilcox of having heard of the cult.

Tôi nghi ngờ Wilcox trẻ tuổi hẳn đã nghe nói về giáo phái đó.

Maybe he had heard of the cult in some indirect way.

Có lẽ ông ta đã nghe nói về giáo phái đó bằng cách nào đó gián tiếp.

He could easily have invented a series of dreams.

Anh ta hoàn toàn có thể bịa ra một loạt giấc mơ.

That way he could heighten and continue the mystery.

Bằng cách đó, ông ta có thể làm tăng thêm và duy trì sự bí ẩn.

The dream-narratives and cuttings collected did of course corroborate.

Những câu chuyện trong giấc mơ và các đoạn trích thu thập được dĩ nhiên đã xác nhận điều đó.

But the rationalism of my mind had not yet been satisfied.

Nhưng lý trí duy lý của tôi vẫn chưa thỏa mãn.

Coincidences can form highly believable illusions too.

Những sự trùng hợp ngẫu nhiên cũng có thể tạo ra những ảo ảnh vô cùng đáng tin.

And we have to bear in mind the extravagance of the whole subject.

Và chúng ta phải ghi nhớ sự xa hoa của toàn bộ vấn đề này.

So I was led to adopt what I thought the most sensible conclusions.

Vì vậy, tôi đã đi đến kết luận mà tôi cho là hợp lý nhất.

I thoroughly studied the manuscript from the beginning.

Tôi đã nghiên cứu kỹ bản thảo từ đầu đến cuối.

And I correlated the theosophical and anthropological notes.

Và tôi đã đối chiếu các ghi chép về thần học và nhân học.

I compared the literature with the cult narrative of Legrasse.

Tôi đã so sánh các tác phẩm văn học với câu chuyện mang tính sùng bái của Legrasse.

I made a trip to Providence to see the sculptor.

Tôi đã đến Providence để gặp nhà điêu khắc.

And I intended to give him the rebuke I thought proper.

Và tôi định khiển trách anh ta theo cách mà tôi cho là thích đáng.

There must be consequences, I felt, for the trick he played.

Tôi cảm thấy trò lừa bịp mà hắn ta gây ra chắc chắn sẽ dẫn đến hậu quả.

He had boldly imposed himself upon a learned and aged
man.

Hắn ta đã ngang nhiên tự ý can thiệp vào cuộc sống của một
người đàn ông uyên bác và lớn tuổi.

***

Wilcox still lived alone where my uncle had met him.

Wilcox vẫn sống một mình ở nơi chú tôi đã gặp ông ấy.

In the Fleur-de-Lys Building in Thomas Street.

Tại tòa nhà Fleur-de-Lys trên đường Thomas.

**A hideous Victorian imitation of Seventeenth Century
Breton architecture.**

Một bản sao kiến trúc Brittany thế kỷ XVII xấu xí thời Victoria.

**The building flaunted its stuccoed front amidst its
surroundings.**

Tòa nhà nổi bật với mặt tiền được trát vữa giữa khung cảnh
xung quanh.

There were lovely Colonial houses on the ancient hill.

Trên ngọn đồi cổ kính ấy có những ngôi nhà kiểu thuộc địa
xinh đẹp.

**And the house stood under the shadow of the finest
Georgian steeple in America.**

Và ngôi nhà nằm dưới bóng của ngọn tháp kiểu Georgia đẹp
nhất nước Mỹ.

I found him at work in his rooms, among his sculptures.

Tôi tìm thấy ông ấy đang làm việc trong phòng riêng, giữa
những tác phẩm điêu khắc của mình.

The specimens scattered came from a very unique mind.

Những mẫu vật rải rác đó đến từ một bộ óc rất độc đáo.

**At once I conceded that his genius is indeed profound and
authentic.**

Tôi lập tức thừa nhận rằng tài năng của ông ấy quả thực rất
sâu sắc và chân thực.

**He has crystallized in clay that which Arthur Machen evokes
in prose.**

Ông đã kết tinh vào đất sét những gì mà Arthur Machen gợi lên bằng văn xuôi.

He mirrored in marble the nightmares Clark Ashton Smith put to canvas.

Ông đã tái hiện bằng đá cẩm thạch những cơn ác mộng mà Clark Ashton Smith đã thể hiện trên tranh vẽ.

He will, I believe, be spoken of one day as one of the great decadents.

Tôi tin rằng một ngày nào đó, người ta sẽ nhắc đến ông như một trong những kẻ suy đồi vĩ đại.

He was dark, frail, and somewhat unkempt in aspect.

Ông ta có làn da ngăm đen, thân hình gầy gò và vẻ ngoài có phần luộm thuộm.

He turned languidly at my knock on his door.

Anh ta uể oải quay lại khi tôi gõ cửa.

He didn't rise from his seat when I came in.

Ông ấy không đứng dậy khỏi chỗ ngồi khi tôi bước vào.

And he asked me what the purpose of my visit was.

Và ông ấy hỏi tôi mục đích chuyến thăm của tôi là gì.

When I told him who I was his interest was piqued.

Khi tôi nói cho anh ấy biết tôi là ai, anh ấy tỏ ra rất tò mò.

My uncle had excited his curiosity by probing his strange dreams.

Chú tôi đã khơi gợi sự tò mò của cậu ấy bằng cách giải thích những giấc mơ kỳ lạ của cậu.

Although he had never explained the reason for the study.

Mặc dù ông chưa bao giờ giải thích lý do tiến hành nghiên cứu.

I did not enlarge his knowledge in this regard.

Tôi đã không mở rộng kiến thức của anh ấy về vấn đề này.

But I sought with some subtlety to gain his confidence.

Nhưng tôi đã khéo léo tìm cách lấy lòng tin của anh ấy.

In a short time I became convinced of his absolute sincerity.

Chỉ trong một thời gian ngắn, tôi đã hoàn toàn tin tưởng vào sự chân thành của anh ấy.

He spoke of the dreams in a manner none could mistake.

Ông ấy nói về những giấc mơ theo một cách mà không ai có thể nhầm lẫn được.

His dreams' subconscious residuum had influenced his art profoundly.

Dư âm tiềm thức từ những giấc mơ đã ảnh hưởng sâu sắc đến nghệ thuật của ông.

He showed me a morbid statue of the likes I had never seen before.

Anh ấy cho tôi xem một bức tượng kỳ dị mà tôi chưa từng thấy bao giờ.

The statue's contours almost made me shake with fear.

Những đường nét của bức tượng gần như khiến tôi run rẩy vì sợ hãi.

The potency of the statue's black suggestion was overbearing.

Sức mạnh gợi lên từ màu đen của bức tượng thật áp đảo.

He could not recall having seen the original of this thing.

Anh ta không nhớ mình đã từng nhìn thấy bản gốc của thứ này.

But the statue was inspired by his own dream bas-relief.

Nhưng bức tượng được lấy cảm hứng từ chính giấc mơ của ông, một bức phù điêu khắc nổi.

The outlines had formed themselves insensibly under his hands.

Những đường nét ấy dần hình thành một cách vô hình dưới bàn tay anh.

It was, no doubt, the giant shape he had raved of in delirium.

Không còn nghi ngờ gì nữa, đó chính là hình thù khổng lồ mà ông ta đã nói đến trong cơn mê sảng.

That he really knew nothing of the hidden cult he soon made clear.

Ông ta nhanh chóng chứng tỏ rằng mình hoàn toàn không biết gì về giáo phái bí mật đó.

Only my uncle's relentless catechism had given him some clues.

Chỉ nhờ những bài giảng giáo lý không ngừng nghỉ của chú tôi mà anh ấy mới nhận được một vài manh mối.

And again I strove to explain the obvious conclusions away.

Và một lần nữa, tôi lại cố gắng giải thích những kết luận hiển nhiên đó theo cách khác.

How he could possibly have received the weird impressions?

Làm sao anh ta lại có những ấn tượng kỳ lạ như vậy?

He talked of his dreams in a strangely poetic fashion.

Ông ấy nói về những giấc mơ của mình theo một cách kỳ lạ, đầy chất thơ.

He made me see with terrible vividness the vistas of his dream.

Ông ấy đã cho tôi thấy một cách sống động đến rợn người những viễn cảnh trong giấc mơ của ông.

The damp Cyclopean city of slimy green stone.

Thành phố Cyclopes ẩm ướt, được xây bằng đá xanh nhớp nháp.

The geometry he oddly said, was all wrong.

Ông ta nói một cách kỳ lạ rằng, toàn bộ hình học đó đều sai.

And he spoke of what he heard with frightened expectancy.

Và ông ấy thuật lại những gì mình nghe được với vẻ vừa sợ hãi vừa lo lắng.

The ceaseless, half-mental calling from underground:

Tiếng gọi không ngừng, nửa tỉnh nửa mê từ dưới lòng đất:

"Cthulhu fhtagn... Cthulhu fhtagn"

"Cthulhu fhtagn... Cthulhu fhtagn"

These words had formed part of that dreaded ritual.

Những lời này từng là một phần của nghi lễ đáng sợ đó.

The ritual the told of dead Cthulhu's dream-vigil.

Nghi lễ kể về giấc mơ canh thức của Cthulhu đã chết.

The ritual that told of his stone vault at R'lyeh.

Nghi lễ kể về hầm mộ bằng đá của ông ở R'lyeh.

And I felt deeply moved, despite my rational beliefs.

Và tôi cảm thấy vô cùng xúc động, bất chấp những niềm tin lý trí của mình.

Wilcox, I was sure, had heard of the cult in some casual way.

Tôi chắc chắn rằng Wilcox đã từng nghe nói về giáo phái đó một cách tình cờ.

He spent his time in a mass of equally weird literature.

Ông dành thời gian đắm mình trong một đống văn chương kỳ lạ không kém.

He must have forgotten the source of his knowledge.

Chắc hẳn ông ta đã quên mất nguồn gốc kiến thức của mình.

Later the cult had found subconscious expression in his dreams.

Sau này, giáo phái đó đã tìm được cách thể hiện tiềm thức trong những giấc mơ của anh ta.

But this is natural when stories are so impressive.

Nhưng điều này là lẽ tự nhiên khi những câu chuyện quá ấn tượng.

Finally the cult's ideas manifested themselves in the bas-relief.

Cuối cùng, những tư tưởng của giáo phái đã được thể hiện rõ nét trong bức phù điêu.

And now the subject of the cult manifested itself in the terrible statue.

Và giờ đây, đối tượng của giáo phái đã hiện thân trong bức tượng khủng khiếp đó.

I was convinced his imposture upon my uncle had been very innocent.

Tôi tin chắc rằng việc anh ta giả danh chú tôi hoàn toàn vô hại.

He both slightly affected, and slightly ill-mannered.

Anh ta vừa có chút điệu bộ, lại vừa có chút bất lịch sự.

He had a disposition which I could never like.

Anh ta có tính khí mà tôi không bao giờ ưa nổi.

But I was willing enough now to admit his genius.

Nhưng lúc này tôi đã đủ sẵn lòng thừa nhận tài năng thiên bẩm của anh ấy.

And I have no way of denying his honesty either.

Và tôi cũng không có cách nào phủ nhận sự trung thực của anh ấy.

Despite my initial feelings, I took leave of him amicably.

Mặc dù ban đầu tôi có cảm giác không tốt, nhưng tôi đã tạm biệt anh ấy một cách thân thiện.

And I wish him all the success his talent promises.

Và tôi chúc anh ấy gặt hái được mọi thành công xứng đáng với tài năng của mình.

***

The matter of the cult continued to fascinate me.

Vấn đề về giáo phái đó vẫn tiếp tục thu hút sự chú ý của tôi.

At times I had visions of the personal fame I could attain.

Đôi khi tôi hình dung ra sự nổi tiếng cá nhân mà mình có thể đạt được.

I visited New Orleans and talked with Legrasse.

Tôi đã đến New Orleans và trò chuyện với Legrasse.

And I spoke with other policemen of that swamp raid.

Và tôi đã nói chuyện với những cảnh sát khác về cuộc đột kích vào đầm lầy đó.

I saw the frightful image with my own eyes.

Tôi đã tận mắt chứng kiến cảnh tượng kinh hoàng đó.

And I even questioned some of the surviving mongrel prisoners.

Và tôi thậm chí còn thẩm vấn một số tù nhân lai sống sót.

Old Castro, unfortunately, had been dead for some years.

Đáng tiếc thay, ông Castro già đã qua đời được vài năm rồi.

What I now heard so graphically at first hand excited me afresh.

Những gì tôi vừa được nghe kể một cách sống động đã khơi dậy sự hứng thú trong tôi một lần nữa.

Though it was really no more than a detailed confirmation.

Tuy nhiên, thực chất đó chỉ là một lời xác nhận chi tiết.

What they told me I had already read in my uncle's notes.

Những gì họ kể cho tôi nghe, tôi đã đọc trong ghi chép của chú tôi rồi.

I felt sure that I was on the track of a very real secret.

Tôi tin chắc rằng mình đang lần theo dấu vết của một bí mật rất thực sự.

And I was sure I was going to discover a very ancient religion.

Và tôi chắc chắn rằng mình sắp khám phá ra một tôn giáo rất cổ xưa.

The discovery would make me an anthropologist of note.

Phát hiện này sẽ giúp tôi trở thành một nhà nhân chủng học nổi tiếng.

My attitude was still one of absolute rational materialism.

Thái độ của tôi lúc đó vẫn là chủ nghĩa duy vật tuyệt đối.

And I wish my attitude to the subject matter had not changed.

Và tôi ước thái độ của mình đối với vấn đề này đã không thay đổi.

I discounted with almost inexplicable perversity the coincidences.

Tôi đã bác bỏ những sự trùng hợp ngẫu nhiên đó với một thái độ gần như kỳ quặc khó hiểu.

The dream notes and odd cuttings collected by Professor Angell.

Những ghi chép về giấc mơ và những mẩu chuyện vụn vặt do Giáo sư Angell sưu tầm.

One thing I began to doubt was the cause of my uncle's death.

Có một điều tôi bắt đầu nghi ngờ, đó là nguyên nhân cái chết của chú tôi.

I began to suspect his death was far from natural.

Tôi bắt đầu nghi ngờ cái chết của ông ấy không phải là do nguyên nhân tự nhiên.

And I now fear I know my uncle's death was not natural.

Và giờ tôi e rằng tôi biết cái chết của chú tôi không phải là do nguyên nhân tự nhiên.

It was on a narrow hill street where he fell.

Ông ta ngã trên một con phố nhỏ hẹp trên đồi.

The street lead up from the ancient waterfront.

Con đường này dẫn lên từ khu bến cảng cổ.

The port-town swarms with foreign mongrels.

Thị trấn cảng này đầy rẫy những người lai ngoại quốc.

He fell after a careless push from a negro sailor.

Ông ta ngã sau một cú đẩy bất cẩn từ một thủy thủ da đen.

I had not forgotten the mixed blood of the cult-members in Louisiana.

Tôi vẫn chưa quên dòng máu lai của các thành viên giáo phái ở Louisiana.

I had not forgotten the sailors in the voodoo orgy.

Tôi vẫn chưa quên những thủy thủ trong buổi lễ voodoo thác loạn đó.

And would not be surprised to learn that they had other knowledge too.

Và tôi cũng sẽ không ngạc nhiên nếu biết rằng họ còn có những kiến thức khác nữa.

Secret methods as anciently known as the cryptic rites.

Những phương pháp bí truyền, được biết đến từ thời cổ đại với tên gọi là các nghi lễ huyền bí.

Poison needles as ruthless their demonic beliefs.

Kim tiêm tẩm độc tàn nhẫn như niềm tin ma quỷ của chúng.

Legrasse and his men, it is true, have been let alone.

Đúng là Legrasse và thuộc hạ của ông ta đã được thả tự do.

But in Norway a certain seaman who saw things is dead.

Nhưng ở Na Uy, có một thủy thủ từng chứng kiến những điều kỳ lạ đã qua đời.

Might not sinister ears have picked up my uncle's interest in the sculptor?

Chẳng lẽ những kẻ có đầu óc mưu mô nào đó đã nghe được sự quan tâm của chú tôi đối với nhà điêu khắc đó sao?

Might not the deeper inquiries of my uncle have drawn someone's attention?

Chẳng lẽ những câu hỏi sâu xa hơn của chú tôi không thu hút được sự chú ý của ai đó sao?

I think Professor Angell died because he knew too much.

Tôi nghĩ Giáo sư Angell qua đời vì ông ấy biết quá nhiều.

Or he died because he was likely to learn too much.

Hoặc có thể ông ấy chết vì biết quá nhiều.

Whether I shall go out as he did remains to be seen.

Liệu tôi có ra đi như anh ấy hay không thì vẫn còn phải chờ xem.

Because I too have learned much about Cthulhu.
Vì tôi cũng đã học được rất nhiều điều về Cthulhu.

The Madness from the Sea
Sự điên loạn từ biển cả

There is one great boon heaven could grant me.

Có một ân huệ lớn mà trời có thể ban cho tôi.

The total effacing of the results of a mere chance.

Hoàn toàn xóa bỏ kết quả của một sự ngẫu nhiên đơn thuần.

I wish I had never seen that stray piece of paper.

Tôi ước mình chưa từng nhìn thấy mẩu giấy vụn đó.

My daily routine would normally not have taken me there.

Thông thường, lịch trình hàng ngày của tôi sẽ không đưa tôi đến đó.

On any other day I would not have noticed anything.

Vào những ngày khác, tôi sẽ không để ý đến điều đó.

It was an old number of an Australian journal.

Đó là một số báo cũ của một tạp chí Úc.

The Sydney Bulletin for April 18, 1925

Tờ Sydney Bulletin ngày 18 tháng 4 năm 1925

The paper had even slipped past the cutting bureau.

Tờ giấy thậm chí còn lọt qua cả khâu cắt giấy.

I had largely given over my inquiries to a friend.

Tôi đã giao phần lớn việc tìm hiểu thông tin cho một người bạn.

He had taken on the work of most of the research.

Ông ấy đã đảm nhận phần lớn công việc nghiên cứu.

He had come to refer to the group as the "Cthulhu Cult".

Ông ta bắt đầu gọi nhóm đó là "Giáo phái Cthulhu".

I was visiting my learned friend of Paterson, New Jersey.

Tôi đang đến thăm người bạn học thức của mình ở Paterson, New Jersey.

The curator of a local museum, and a mineralogist of note.

Ông là người phụ trách một bảo tàng địa phương và là một nhà khoáng vật học nổi tiếng.

While at his museum I had access to the reserved specimens.

Trong thời gian ở bảo tàng của ông ấy, tôi được phép tiếp cận với các mẫu vật được bảo quản cẩn thận.

And this is when an odd picture caught my attention.

Và chính lúc đó, một bức ảnh kỳ lạ đã thu hút sự chú ý của tôi.
Beneath one of the stones was the Sydney Bulletin I mentioned.
Bên dưới một trong những tảng đá là tờ Sydney Bulletin mà tôi đã đề cập.
My friend has wide affiliations in all conceivable foreign lands.
Bạn tôi có mối quan hệ rộng khắp ở mọi quốc gia nước ngoài.
The picture was a half-tone cut of a hideous stone image.
Bức ảnh là bản cắt nửa tông của một hình vẽ bằng đá gớm ghiếc.
Almost identical with the stone Legrasse had found in the swamp.
Gần như giống hệt với viên đá mà Legrasse đã tìm thấy trong đầm lầy.
Eagerly I read the article for its precious contents.
Tôi háo hức đọc bài báo vì nội dung quý giá của nó.
But I was disappointed to find that it was just a short article.
Nhưng tôi đã thất vọng khi thấy đó chỉ là một bài báo ngắn.
Although brief, the information was of portentous significance.
Tuy ngắn gọn, thông tin này mang ý nghĩa vô cùng quan trọng.

***

"MYSTERY DERELICT FOUND AT SEA"
"PHÁT HIỆN TÀU BỎ HOANG BÍ ẨN TRÊN BI

Vigilant Arrives With Helpless Armed New Zealand Yacht in Tow.
Tàu Vigilant đến nơi, kéo theo một chiếc du thuyền vũ trang của New Zealand đang trong tình trạng bất lực.
One Survivor and one Dead Man Found Aboard.
Một người sống sót và một người chết được tìm thấy trên tàu.
Tale of Desperate Battle and Deaths at Sea.

Câu chuyện về trận chiến khốc liệt và những cái chết trên biển.

Rescued Seaman Refuses Particulars of Strange Experience.

Thủy thủ được cứu sống từ chối tiết lộ chi tiết về trải nghiệm kỳ lạ của mình.

Odd Idol Found in His Possession, Inquiry to Follow.

Vật phẩm kỳ lạ được tìm thấy trong người anh ta, cuộc điều tra sẽ được tiến hành sau.

The Alert of Dunedin yacht, N.Z., had been disabled in battle.

Du thuyền Alert của Dunedin, New Zealand, đã bị hư hỏng trong trận chiến.

Previously the ship had left from Valparaiso on March 25th.

Trước đó, con tàu đã rời Valparaiso vào ngày 25 tháng 3.

On April 2nd the ship was driven considerably south of her course.

Vào ngày 2 tháng 4, con tàu đã bị đẩy đi khá xa về phía nam so với lộ trình dự định.

Exceptionally heavy storms had redirected the ship.

Những cơn bão cực mạnh đã khiến con tàu phải đổi hướng.

Monster waves forced the ship to take a different route.

Những con sóng khổng lồ đã buộc con tàu phải đổi hướng.

On April 12th the ship was sighted by another ship.

Vào ngày 12 tháng 4, con tàu này đã được một tàu khác phát hiện.

Latitude 34° 21', Longitude 152° 17'

Vĩ độ 34° 21', Kinh độ 152° 17'

Initially they thought the ship had been deserted.

Ban đầu họ nghĩ rằng con tàu đã bị bỏ hoang.

But one still living man had been found on board.

Nhưng người ta đã tìm thấy một người đàn ông vẫn còn sống trên tàu.

This lone survivor was in a half-delirious condition.

Người sống sót duy nhất này đang trong tình trạng nửa mê sảng.

The only other victim found was a man already dead a week.

Nạn nhân duy nhất khác được tìm thấy là một người đàn ông đã chết từ một tuần trước.

Now the heavily armed steam yacht was being towed.

Lúc này, chiếc du thuyền hơi nước được trang bị vũ khí hạng nặng đang được kéo đi.

And this morning the ship was coming in to its wharf.

Và sáng nay con tàu đang cập bến.

The living man was clutching a horrible stone idol.

Người đàn ông còn sống đang ôm chặt một bức tượng đá gớm ghiếc.

The stone idol was about a foot in height.

Tượng đá cao khoảng một foot (khoảng 30 cm).

And the origins of the stone were completely unknown.

Và nguồn gốc của viên đá hoàn toàn không được biết đến.

Authorities at Sydney university were baffled.

Các nhà chức trách tại Đại học Sydney đã rất bối rối.

The Royal Society couldn't offer information about the idol.

Hội Hoàng gia không thể cung cấp thông tin về bức tượng thần.

And the Museum in College street had no insights either.

Và bảo tàng trên đường College cũng không có bất kỳ thông tin hữu ích nào.

The survivor says he found the stone in the cabin of the yacht.

Người sống sót cho biết anh ta tìm thấy hòn đá trong cabin của chiếc du thuyền.

Allegedly the idol was in a small carved shrine.

Tương truyền bức tượng thần được đặt trong một ngôi đền nhỏ chạm khắc.

And the carvings of the shrine were of common pattern.

Và các họa tiết chạm khắc trên ngôi đền đều theo một kiểu mẫu chung.

This man eventually recovered back to his senses.

Cuối cùng, người đàn ông này đã tỉnh lại.

And he told an exceedingly strange story of piracy and slaughter.

Và ông ấy kể một câu chuyện vô cùng kỳ lạ về cướp biển và tàn sát.

He is Gustaf Johansen, a Norwegian of some intelligence.

Anh ta là Gustaf Johansen, một người Na Uy khá thông minh.

And he had been second mate of the two-masted schooner Emma of Auckland.

Ông từng là thuyền phó thứ hai trên chiếc thuyền buồm hai cột buồm Emma của Auckland.

The ship sailed for Callao February 20th, manned by eleven sailors.

Con tàu khởi hành đến Callao vào ngày 20 tháng 2, trên tàu có mười một thủy thủ.

The ship, he says, was delayed and thrown widely south of her course.

Ông ấy nói rằng con tàu đã bị chậm lại và lệch hướng rất nhiều về phía nam so với lộ trình ban đầu.

There was a great storm on March 1st, and on March 22nd.

Đã có một trận bão lớn vào ngày 1 tháng 3 và ngày 22 tháng 3.

On their journey they encountered another ship.

Trên đường đi, họ gặp một con tàu khác.

This was in S. Latitude 49° 51′, W. Longitude 128° 34′

Vị trí này nằm ở vĩ độ Nam 49° 51′, kinh độ Tây 128° 34′.

This ship was manned by a queer and evil-looking crew.

Con tàu này có một thủy thủ đoàn kỳ quặc và trông đầy vẻ hiểm ác.

All the men were of Kanakas and half-castes.

Tất cả những người đàn ông đó đều thuộc tộc Kanaka và người lai.

Being ordered peremptorily to turn back, Capt. Collins refused.

Khi bị ra lệnh quay trở lại một cách dứt khoát, Đại úy Collins đã từ chối.

Without warning the strange crew began to shoot savagely upon the schooner.

Không báo trước, nhóm người lạ mặt bắt đầu xả súng dữ dội vào chiếc thuyền buồm.

They shot a peculiarly heavy battery of brass cannon.

Họ đã bắn một khẩu đội pháo bằng đồng thau có trọng lượng đặc biệt lớn.

The men from his ship showed fighting spirit, says the survivor.

Theo lời người sống sót, những người đàn ông trên tàu của ông ấy đã thể hiện tinh thần chiến đấu kiên cường.

The schooner began to sink from shots beneath the waterline.

Chiếc thuyền buồm bắt đầu chìm do trúng đạn dưới mực nước.

But they managed to heave alongside their enemy boat, and board her.

Nhưng họ đã xoay sở để áp sát thuyền địch và lên tàu.

They grappled with the savage crew on the yacht's deck.

Họ đã vật lộn với nhóm thủy thủ hung bạo trên boong du thuyền.

Their mode of fighting seemed to be strangely clumsy.

Phương thức chiến đấu của họ có vẻ vụng về một cách kỳ lạ.

But defeat did not seem to be an option for these savage men.

Nhưng thất bại dường như không phải là một lựa chọn đối với những người đàn ông man rợ này.

They had a particularly abhorrent and desperate way of fighting.

Họ có một phương thức chiến đấu đặc biệt tàn bạo và liều lĩnh.

So they had no choice but to kill all men of the enemy ship.

Vì vậy, họ không còn lựa chọn nào khác ngoài việc giết hết tất cả thủy thủ trên tàu địch.

Three of their men were also killed in the fight.

Ba người của họ cũng thiệt mạng trong cuộc giao tranh.

Capt. Collins and First Mate Green were among the dead.

Thuyền trưởng Collins và Thuyền phó Green nằm trong số những người thiệt mạng.

Second Mate Johansen took over control from First Mate Green.

Thuyền phó Johansen đã tiếp quản quyền điều khiển từ Thuyền phó thứ nhất Green.
And the remaining eight men proceeded to navigate the captured yacht.
Tám người còn lại tiếp tục điều khiển chiếc du thuyền bị chiếm giữ.
They proceeded to continue in the original direction they were going.
Họ tiếp tục đi theo hướng ban đầu.
To see if there had been any reason they were ordered to turn around.
Để xem liệu có lý do nào khiến họ bị yêu cầu quay đầu lại hay không.

***

The next day, it appears, they landed on a small island.
Ngày hôm sau, dường như họ đã đặt chân lên một hòn đảo nhỏ.
Although no island is known to exist in that part of the ocean.
Mặc dù không có hòn đảo nào được biết là tồn tại ở vùng biển đó.
Six of the men somehow died ashore while on the island.
Sáu người đàn ông không hiểu sao đã chết trên bờ khi đang ở trên đảo.
Though Johansen is queerly reticent about this part of his story.
Mặc dù Johansen lại khá kín đáo về phần này trong câu chuyện của mình.
And he speaks only of their falling into a rock chasm.
Và ông ta chỉ nói về việc họ rơi xuống vực sâu.
Later, it seems, he and one companion boarded the yacht.
Sau đó, có vẻ như ông ta và một người bạn đã lên du thuyền.
Together they tried to sail the ship, undermanned.
Cùng nhau, họ cố gắng chèo lái con tàu, dù thiếu người.
But they were beaten about by the storm of April 2nd.

Nhưng họ đã bị cơn bão ngày 2 tháng 4 tàn phá.

From that time till his rescue on the 12th, the man remembers little.

Từ thời điểm đó cho đến khi được giải cứu vào ngày 12, người đàn ông hầu như không nhớ gì.

And he does not even recall when William Briden, his companion, died.

Và ông ta thậm chí còn không nhớ William Briden, người bạn đồng hành của mình, qua đời khi nào.

Autopsy could reveal no obvious cause to Briden's death.

Khám nghiệm tử thi không tìm ra nguyên nhân rõ ràng nào dẫn đến cái chết của Briden.

The most likely cause of death is exposure to the elements.

Nguyên nhân tử vong phổ biến nhất là do tiếp xúc với các yếu tố thời tiết khắc nghiệt.

The Dunedin reported that their boat, the Alert, was well known.

Tờ Dunedin đưa tin rằng chiếc thuyền của họ, chiếc Alert, rất nổi tiếng.

The island traders bore an evil reputation along the waterfront.

Các thương nhân trên đảo mang tiếng xấu dọc bến cảng.

The ship was owned by a curious group of half-castes.

Con tàu thuộc sở hữu của một nhóm người lai kỳ lạ.

Frequent meetings and night trips to the woods attracted curiosity.

Những cuộc gặp gỡ thường xuyên và những chuyến đi đêm vào rừng đã thu hút sự tò mò.

The ship had set sail in great haste on March 1st.

Con tàu đã vội vã nhổ neo vào ngày 1 tháng 3.

Just after the storm, and the earth tremors that night.

Ngay sau cơn bão và những trận động đất đêm đó.

Our Auckland correspondent gives the Emma excellent reputation.

Phóng viên của chúng tôi tại Auckland đánh giá Emma rất cao.

The Crew from the Emma were held very in high regard.

Các thành viên thủy thủ đoàn của tàu Emma được đánh giá rất cao.

And Johansen is described as a sober and worthy man.

Và Johansen được miêu tả là một người đàn ông đứng đắn và đáng kính.

The admiralty will institute an inquiry on the whole matter.

Bộ Hải quân sẽ tiến hành điều tra toàn bộ vụ việc.

Starting tomorrow they will collect all relevant information.

Bắt đầu từ ngày mai, họ sẽ thu thập tất cả các thông tin liên quan.

Every effort will be made to induce Johansen to speak.

Chúng tôi sẽ nỗ lực hết sức để thuyết phục Johansen lên tiếng.

This and the hellish image were all the information I had to go on.

Đây và bức ảnh kinh hoàng kia là tất cả thông tin mà tôi có để dựa vào.

But what a train of ideas that little information started in my mind!

Nhưng chỉ một chút thông tin đó đã khơi gợi biết bao ý tưởng trong đầu tôi!

Here were new treasuries of data on the Cthulhu Cult.

Đây là những kho dữ liệu mới về giáo phái Cthulhu.

The cult not only had interests on land.

Giáo phái này không chỉ có lợi ích trên đất đai.

Now there was evidence they also had connections to the sea.

Giờ đây đã có bằng chứng cho thấy họ cũng có mối liên hệ với biển.

What motive prompted the hybrid crew to order back the Emma?

Động cơ nào đã thúc đẩy phi hành đoàn lai ra lệnh quay trở lại tàu Emma?

Why did they sail about with their hideous idol?

Tại sao họ lại dong buồm đi cùng với bức tượng thần gớm ghiếc của mình?

What was the unknown island on which six of the Emma's crew had died?

Hòn đảo bí ẩn nào là nơi sáu thành viên thủy thủ đoàn của tàu Emma thiệt mạng?

And why was Johansen so secretive about their death?

Tại sao Johansen lại giữ kín chuyện cái chết của họ đến vậy?

What had the vice-admiralty's investigation brought out?

Cuộc điều tra của phó đô đốc đã phát hiện ra điều gì?

And what was known of the noxious cult in Dunedin?

Vậy người ta biết gì về giáo phái độc hại đó ở Dunedin?

Nor could one help but marvel at the timing of the events.

Người ta không khỏi ngạc nhiên trước sự trùng hợp về thời điểm xảy ra các sự kiện.

There was a deep and more than natural linkage between the dates.

Giữa những mốc thời gian đó có một mối liên hệ sâu sắc và vượt xa cả sự tự nhiên.

A malign and now undeniable significance to the various turns of events.

Nó mang một ý nghĩa độc hại và không thể phủ nhận đối với các diễn biến khác nhau của sự kiện.

***

My uncle had noted with great care the connecting events.

Chú tôi đã ghi chép rất cẩn thận các sự kiện liên tiếp nhau.

On March 1st the earthquake and storm had come.

Ngày 1 tháng 3, động đất và bão đã ập đến.

February 28th, according to the International Date Line.

Theo đường đổi ngày quốc tế, đó là ngày 28 tháng 2.

From Dunedin the noisome crew of the Alert darted eagerly forth.

Từ Dunedin, đám thủy thủ ồn ào của tàu Alert hăng hái lao đi.

They moved as if they had been imperiously summoned.

Họ di chuyển như thể được triệu tập một cách đầy uy quyền.

On the other side of the earth the other events unfolded.

Ở phía bên kia trái đất, những sự kiện khác đã diễn ra.

Poets and artists had begun to have their strange dreams.

Các nhà thơ và nghệ sĩ bắt đầu có những giấc mơ kỳ lạ.

Dreams of a dank Cyclopean city from times long gone.

Những giấc mơ về một thành phố Cyclopes ẩm thấp từ thời xa xưa.

A young sculptor was persuaded by these dreams too.

Một nhà điêu khắc trẻ cũng bị những giấc mơ này thuyết phục.

In his sleep he molded the form of the dreaded Cthulhu.

Trong giấc ngủ, ông đã nhào nặn nên hình dạng của con quái vật Cthulhu đáng sợ.

On March 23rd the crew of the Emma landed on an unknown island.

Vào ngày 23 tháng 3, thủy thủ đoàn của tàu Emma đã đổ bộ lên một hòn đảo không xác định.

There on that island they left six men dead.

Tại hòn đảo đó, họ đã bỏ lại sáu người đàn ông đã chết.

On that date the dreams of sensitive men assumed a heightened vividness.

Vào ngày đó, những giấc mơ của những người đàn ông nhạy cảm trở nên sống động hơn bao giờ hết.

Their dreams darkened with dread of a giant monster's malign pursuit.

Giấc mơ của họ trở nên u ám với nỗi sợ hãi về sự truy đuổi độc ác của một con quái vật khổng lồ.

One architect went mad from his dreams that night.

Đêm đó, một kiến trúc sư đã phát điên vì những giấc mơ kinh hoàng của mình.

And a sculptor had lapsed suddenly into delirium!

Và một nhà điêu khắc bỗng dưng rơi vào trạng thái mê sảng!

And then there was the storm of April 2nd.

Và rồi cơn bão ngày 2 tháng 4 đã xảy ra.

The date on which all dreams of the dank city ceased.

Ngày mà mọi giấc mơ về thành phố ẩm thấp chấm dứt.

Wilcox emerged unharmed from the bondage of strange fever.

Wilcox đã thoát khỏi cơn sốt lạ mà không hề hấn gì.

And everything appeared to be normal again.

Và mọi thứ dường như đã trở lại bình thường.

But what about the hints old Castro had suggested?

Nhưng còn những lời ám chỉ mà ông Castro già đã từng đưa ra thì sao?

What about the sunken, star-born old ones?

Còn những thực thể cổ xưa đã chìm sâu vào lòng đất và sinh ra từ các vì sao thì sao?

What about their promised return and coming reign?

Còn về lời hứa trở lại và triều đại sắp tới của họ thì sao?

What about their faithful cult and their mastery of dreams?

Còn về tín đồ trung thành của họ và khả năng làm chủ giấc mơ thì sao?

Was I tottering on the brink of cosmic horrors?

Phải chăng tôi đang đứng trên bờ vực của những thảm họa vũ trụ?

Cosmic horrors far beyond man's power to bear?

Những nỗi kinh hoàng vũ trụ vượt xa sức chịu đựng của con người?

If so, they must be horrors of the mind alone.

Nếu vậy, chúng hẳn chỉ là những nỗi kinh hoàng trong tâm trí mà thôi.

On the second of April there was sudden coordinated calm.

Vào ngày 2 tháng 4, tình hình đột nhiên trở nên yên tĩnh và có sự phối hợp nhịp nhàng.

The monstrous menace that sieged mankind's soul had vanished.

Mối đe dọa khủng khiếp từng vây hãm tâm hồn nhân loại đã biến mất.

That evening I made all necessary arrangements for onwards travel.

Tối hôm đó, tôi đã thu xếp mọi thứ cần thiết cho chuyến đi tiếp theo.

I bade my host adieu and took a train for San Francisco.

Tôi chào tạm biệt chủ nhà và lên tàu đi San Francisco.

***

In less than a month I was at the port of Dunedin.

Chưa đầy một tháng sau, tôi đã có mặt tại cảng Dunedin.

Here, however, my investigation stumbled slightly.

Tuy nhiên, ở đây, cuộc điều tra của tôi đã gặp một chút trục trặc.

I inquired in the old sea taverns where the men had lingered.

Tôi hỏi thăm ở những quán trọ ven biển cũ, nơi những người đàn ông đó từng nán lại.

But little was known of the strange cult members.

Nhưng người ta biết rất ít về các thành viên của giáo phái kỳ lạ này.

Waterfront scum was far too common for special mention.

Bọn cặn bã ở bến cảng thì quá phổ biến đến nỗi chẳng cần phải nhắc đến riêng.

But there was vague talk about one inland trip these mongrels had made.

Nhưng có những lời bàn tán mơ hồ về một chuyến đi vào nội địa mà những con chó lai này đã thực hiện.

Faint drumming and red flames were noted on the distant hills.

Tiếng trống yếu ớt và những ngọn lửa đỏ rực được nghe thấy trên những ngọn đồi xa xa.

In Auckland I learned only a little more of Johansen.

Ở Auckland, tôi chỉ biết thêm được một ít về Johansen.

He had been taken to Sydney for the investigation.

Ông ta đã được đưa đến Sydney để phục vụ công tác điều tra.

A perfunctory and inconclusive questioning turned his hair white.

Cuộc thẩm vấn qua loa và không đi đến kết luận nào đã khiến tóc ông bạc trắng.

Thereafter he sold his cottage in West Street.

Sau đó, ông đã bán căn nhà nhỏ của mình ở phố West Street.

And he sailed with his wife to his old home in Oslo.

Và ông cùng vợ đi thuyền trở về ngôi nhà cũ ở Oslo.

His experience had clearly stirred him deeply.

Trải nghiệm đó rõ ràng đã tác động sâu sắc đến anh ấy.

But he told his friends no more than he had told the admiralty officials.

Nhưng ông không kể cho bạn bè mình thêm điều gì ngoài những gì ông đã nói với các quan chức hải quân.

And all they could do was to give me his Oslo address.

Và tất cả những gì họ có thể làm là cho tôi địa chỉ của anh ta ở Oslo.

After that I went to Sydney and talked profitlessly with seamen.

Sau đó tôi đến Sydney và nói chuyện vô ích với các thủy thủ.

Members of the vice-admiralty court could not enlighten me either.

Các thành viên của tòa án phó đô đốc cũng không thể giúp tôi hiểu rõ hơn.

I tracked the Alert down to Circular Quay in Sydney Cove.

Tôi đã lần theo dấu vết của chiếc xe báo động đến Circular Quay ở Sydney Cove.

The ship had been sold and was again in commercial use.

Con tàu đã được bán và lại được sử dụng cho mục đích thương mại.

But I could gain no further clues from the ship's cargo.

Nhưng tôi không thể tìm thêm manh mối nào từ hàng hóa trên tàu.

The image was preserved in the Museum at Hyde Park.

Bức ảnh được lưu giữ tại Bảo tàng ở Hyde Park.

The cuttlefish head, dragon body, and scaly wings.

Đầu mực nang, thân rồng và đôi cánh có vảy.

The monster crouching atop the hieroglyphed pedestal.

Con quái vật đang ngồi xổm trên bệ đá có khắc chữ tượng hình.

I studied every detail of the idol long and well.

Tôi đã nghiên cứu kỹ lưỡng từng chi tiết của bức tượng.

The relic was a thing of balefully exquisite workmanship.

Di vật này là một tác phẩm chế tác tinh xảo đến mức đáng sợ.

I couldn't help but notice the similarity to Legrasse's smaller specimen.

Tôi không thể không nhận thấy sự tương đồng với mẫu vật nhỏ hơn của Legrasse.

Both idols had the same utter mystery and terrible antiquity.

Cả hai bức tượng đều mang cùng một vẻ bí ẩn tuyệt đối và vẻ cổ kính đáng sợ.

And both idols had the same unearthly strangeness of material.

Cả hai bức tượng đều có cùng một vẻ kỳ lạ, siêu phàm về chất liệu.

Geologists, the curator told me, had found it a monstrous puzzle.

Người phụ trách bảo tàng nói với tôi rằng các nhà địa chất đã coi đó là một câu đố hóc búa.

They insisted that the world held no rock like this one.

Họ khẳng định rằng trên thế giới không có tảng đá nào giống như tảng đá này.

Then I thought with a shudder of what old Castro had told Legrasse.

Rồi tôi rùng mình nhớ lại những gì lão Castro đã nói với Legrasse.

The tale of the primal great ones, sunken under the sea.

Câu chuyện về những thực thể vĩ đại nguyên thủy, chìm sâu dưới đáy biển.

"They had come from the stars."

"Họ đến từ các vì sao."

"They had brought their images with them."

"Họ đã mang theo những bức tranh của mình."

I was shaken with a mental revolution as I had never before known.

Tôi bị chấn động bởi một cuộc cách mạng tinh thần chưa từng có trước đây.

I was now completely resolved to visit Mate Johansen in Oslo.

Lúc này tôi đã hoàn toàn quyết tâm đến thăm Mate Johansen ở Oslo.

Sailing for London, I re-embarked at once for the Norwegian capital.

Sau khi lên tàu đi London, tôi lập tức chuyển sang tàu khác để đến thủ đô Na Uy.

And one autumn day I landed at the wharves.

Và vào một ngày thu nọ, tôi đặt chân đến bến tàu.

***

Johansen's hometown was in the shadow of the Egeberg.

Quê hương của Johansen nằm dưới chân dãy núi Egeberg.

I discovered he lived in the Old Town of King Harold Haardrada.

Tôi phát hiện ra ông ấy sống ở khu Phố Cổ của Vua Harold Haardrada.

For centuries the greater city had masqueraded as "Christiania".

Trong nhiều thế kỷ, thành phố lớn này đã khoác lên mình cái tên "Christiania".

King Harald Hardrada kept alive the name of Oslo.

Vua Harald Hardrada đã giữ gìn tên tuổi của Oslo.

I made the brief trip to his residences by taxicab.

Tôi đã đi một quãng ngắn đến nhà ông ấy bằng taxi.

A neat and ancient building with plastered front.

Một tòa nhà cổ kính và gọn gàng với mặt tiền được trát vữa.

And I knocked with palpitant heart at the door.

Và tôi gõ cửa với trái tim đập thình thịch.

A sad-faced woman in black answered my summons.

Một người phụ nữ mặt buồn mặc đồ đen đã ra mở cửa khi tôi gọi.

I was stung with disappointment at the sight.

Tôi vô cùng thất vọng khi nhìn thấy cảnh tượng đó.

She told me in halting English that Gustaf Johansen was no more.

Cô ấy nói với tôi bằng tiếng Anh ngập ngừng rằng Gustaf Johansen đã qua đời.

He had not long survived his return, said his wife.

Vợ ông cho biết, ông ấy đã không sống sót được bao lâu sau khi trở về.

The doings at sea in 1925 had broken him.

Những biến cố trên biển năm 1925 đã khiến ông suy sụp.

He had told her no more than he had told the public.

Ông ta không nói với cô ấy thêm điều gì ngoài những gì đã nói với công chúng.

But he had left a long manuscript of "technical matters".

Nhưng ông đã để lại một bản thảo dài về "các vấn đề kỹ thuật".

These notes of the voyage had been written in English.

Những ghi chép về chuyến đi này được viết bằng tiếng Anh.

Evidently in order to safeguard her from the peril of casual perusal.

Rõ ràng là để bảo vệ cô ấy khỏi nguy cơ bị đọc trộm một cách tùy tiện.

He had gone for a walk through a narrow lane near the Gothenburg dock.

Ông ấy đã đi dạo qua một con hẻm nhỏ gần bến cảng Gothenburg.

A bundle of papers falling from an attic window had knocked him down.

Một bó giấy rơi từ cửa sổ gác mái xuống đã làm anh ta ngã.

Two Lascar sailors at once helped him to his feet.

Hai thủy thủ Lascar lập tức đỡ anh ta đứng dậy.

But before the ambulance could reach him he was dead.

Nhưng trước khi xe cứu thương kịp đến, ông ấy đã qua đời.

The physicians found no adequate cause for his death.

Các bác sĩ không tìm thấy nguyên nhân thích đáng nào dẫn đến cái chết của ông.

They mostly attributed his death to heart trouble.

Hầu hết họ đều cho rằng nguyên nhân cái chết của ông là do bệnh tim.

But they added his weakened constitution most likely contributed.

Nhưng họ nói thêm rằng thể trạng suy yếu của ông ấy rất có thể là nguyên nhân.

I now felt a deep gnawing at my vitals.

Lúc này tôi cảm thấy một cơn đau nhói dữ dội ở các bộ phận cơ thể.

A dark terror which will never leave me till I, too, am at rest.
Một nỗi kinh hoàng đen tối sẽ không bao giờ rời bỏ tôi cho đến khi chính tôi cũng được yên nghỉ.

Whether my death will come "accidentally" or not I can't tell.
Tôi không biết liệu cái chết của mình sẽ đến một cách "bất ngờ" hay không.

I spoke to the widow about her husband's work.
Tôi đã nói chuyện với người góa phụ về công việc của chồng bà.

And I persuaded her I had a "technical" connection to him.
Và tôi đã thuyết phục cô ấy rằng tôi có mối liên hệ "về mặt kỹ thuật" với anh ta.

So she felt I was sufficiently entitled to the manuscript.
Vì vậy, bà ấy cảm thấy tôi hoàn toàn có quyền được nhận bản thảo.

And so I attained the dead man's writing.
Và như vậy, tôi đã có được những tác phẩm của người đã khuất.

I began to read the documents on the boat to London.
Tôi bắt đầu đọc các tài liệu trên chuyến tàu đến London.

They were little more than simple, rambling notes.
Chúng chỉ là những ghi chú đơn giản, lan man.

A naive sailor's effort at a post-facto diary.
Một nỗ lực ghi chép nhật ký sau sự việc của một thủy thủ ngây thơ.

He strove to recall that last awful voyage day by day.
Ông cố gắng nhớ lại chuyến đi kinh hoàng cuối cùng đó từng ngày.

I cannot attempt to transcribe his notes verbatim.
Tôi không thể sao chép lại nguyên văn các ghi chú của ông ấy.

The manuscript is clouded with vagueness and redundance.
Bản thảo này chứa nhiều điểm mơ hồ và dư thừa.

But I will tell the gist of what he wrote.
Nhưng tôi sẽ tóm tắt nội dung chính những gì ông ấy đã viết.

Perhaps then you will understand why I stuffed my ears with cotton.
Có lẽ khi đó bạn sẽ hiểu tại sao tôi lại nhét bông vào tai mình.
The sound of the water against the vessel's sides became unendurable.
Tiếng nước vỗ vào mạn thuyền trở nên không thể chịu đựng được.

***

Johansen, thank God, did not quite know what he had seen.
May mà Johansen, ông ấy không thực sự biết mình đã nhìn thấy cái gì.
But it is evident he had seen the city and the Thing.
Nhưng rõ ràng là ông ta đã nhìn thấy thành phố và Vật thể đó.
I shall never sleep calmly again when I think of the horrors.
Tôi sẽ không bao giờ ngủ ngon giấc nữa khi nghĩ đến những điều kinh hoàng đó.
The horrors that lurk ceaselessly behind life in time and space.
Những nỗi kinh hoàng luôn rình rập không ngừng sau sự sống trong không gian và thời gian.
Those unhallowed blasphemies that come from elder stars.
Những lời báng bổ ô uế đến từ những vì sao cổ xưa.
Dreamers beneath the sea known only by a nightmare cult.
Những kẻ mộng du dưới đáy biển, chỉ được biết đến bởi một giáo phái cuồng tín trong cơn ác mộng.
A cult ready and eager to release these monsters into the world.
Một giáo phái sẵn sàng và háo hức thả những con quái vật này ra thế giới.
Whenever another earthquake raises their monstrous stone city again.
Mỗi khi một trận động đất khác lại làm sống dậy thành phố đá khổng lồ của họ.
When Cthulhu is under the light of the sun once more.

Khi Cthulhu một lần nữa được tắm mình dưới ánh mặt trời.

Johansen's voyage had begun just as he told it to the vice-admiralty.

Chuyến hải trình của Johansen đã bắt đầu đúng như những gì ông đã báo cáo với phó đô đốc.

The Emma, in ballast, had cleared Auckland on February 20th.

Tàu Emma, trong tình trạng không chở hàng, đã rời Auckland vào ngày 20 tháng 2.

The ship had felt the full force of that earthquake-born tempest.

Con tàu đã hứng trọn sức mạnh của cơn bão do động đất gây ra.

The horrors from the sea-bottom that filled men's dreams.

Những nỗi kinh hoàng từ đáy biển ám ảnh giấc mơ của con người.

Once under control again the ship was making good progress.

Sau khi kiểm soát được tình hình, con tàu đã di chuyển khá nhanh.

But then the ship was held up by the Alert on March 22nd.

Nhưng sau đó, con tàu đã bị tàu Alert chặn lại vào ngày 22 tháng 3.

I could feel the mate's regret as he wrote of her bombardment and sinking.

Tôi có thể cảm nhận được sự hối tiếc của người bạn đồng hành khi anh ấy viết về vụ đánh bom và chìm tàu của cô ấy.

Of the swarthy cult-fiends on the other boat he speaks with horror.

Ông ta nói về đám tín đồ cuồng tín da ngăm đen trên chiếc thuyền kia với vẻ kinh hãi.

There was some peculiarly abominable quality about them.

Chúng có một phẩm chất nào đó đặc biệt đáng ghê tởm.

Something made their destruction seem almost a duty.

Điều gì đó khiến việc tiêu diệt chúng dường như trở thành một nghĩa vụ.

This point was brought up during the proceedings of the court of inquiry.

Vấn đề này đã được nêu ra trong quá trình tố tụng của tòa án điều tra.

Johansen shows ingenuous wonder at the accusation of ruthlessness.

Johansen tỏ ra ngạc nhiên một cách ngây thơ trước lời buộc tội tàn nhẫn.

Curiosity is what drove the men on in their captured yacht.

Chính sự tò mò đã thúc đẩy những người đàn ông này tiếp tục cuộc hành trình trên chiếc du thuyền mà họ chiếm được.

Sticking out of the sea the men sighted a great stone pillar.

Từ dưới mặt biển, những người đàn ông nhìn thấy một cột đá lớn nhô lên.

In South Latitude 47° 9', West Longitude 126° 43' they come upon a coastline.

Tại vĩ độ Nam 47° 9', kinh độ Tây 126° 43', họ gặp một đường bờ biển.

The coastline was of mingled mud, ooze, and weedy Cyclopean masonry.

Bờ biển là sự pha trộn giữa bùn, chất nhão và những khối đá khổng lồ phủ đầy rong rêu.

Nothing less than the tangible substance of earth's supreme terror.

Không gì khác hơn là hiện thân hữu hình của nỗi kinh hoàng tột cùng trên trái đất.

They had come across the nightmare corpse-city of R'lyeh.

Họ đã vô tình lạc vào thành phố xác chết R'lyeh đầy ác mộng.

A city built in measureless eons behind history.

Một thành phố được xây dựng từ vô số kỷ nguyên trước dòng chảy lịch sử.

Monuments to vast loathsome shapes that seeped down from the dark stars.

Những tượng đài tưởng niệm những hình thù gớm ghiếc khổng lồ trồi lên từ những vì sao đen tối.

There lay great Cthulhu and his hordes for incalculable cycles.

Nơi đó, Cthulhu vĩ đại và binh đoàn của hắn đã trú ngụ trong vô số chu kỳ.

Hidden in green slimy vaults, they sent out their thoughts.

Ẩn mình trong những hầm ngầm nhớp nháp màu xanh lá cây, chúng truyền tải suy nghĩ của mình.

The thoughts that spread fear to the dreams of the sensitive.

Những suy nghĩ gieo rắc nỗi sợ hãi vào giấc mơ của những người nhạy cảm.

The thoughts that called imperiously to the faithful.

Những suy nghĩ thôi thúc mạnh mẽ những người tín hữu.

"Come on a pilgrimage of liberation and restoration."

"Hãy cùng tham gia cuộc hành hương giải phóng và phục hồi."

All this horror Johansen had no way of suspecting.

Tất cả những điều kinh hoàng này Johansen hoàn toàn không thể ngờ tới.

But God knows he had soon seen enough!

Nhưng Chúa biết rằng ông ta đã sớm chứng kiến đủ rồi!

I suppose what they saw was only a single mountain-top.

Tôi cho rằng những gì họ nhìn thấy chỉ là một đỉnh núi duy nhất.

Soon the rest of the city emerged from the waters.

Chẳng mấy chốc, phần còn lại của thành phố đã nổi lên khỏi mặt nước.

The hideous monolith-crowned citadel where great Cthulhu was buried.

Pháo đài gớm ghiếc với đỉnh là khối đá nguyên khối, nơi chôn cất Cthulhu vĩ đại.

I shudder to think of all that may be brooding down there.

Tôi rùng mình khi nghĩ đến tất cả những điều có thể đang ẩn chứa dưới đó.

And I almost wish to kill myself to stop these thoughts.

Và tôi gần như muốn tự tử để chấm dứt những suy nghĩ này.

***

Johansen and his men were awed by the cosmic majesty.

Johansen và những người của ông đều kinh ngạc trước vẻ đẹp
hùng vĩ của vũ trụ.

**They beheld the sight of this dripping Babylon of elder
demons.**

Họ chứng kiến cảnh tượng Babylon đẫm máu của những ác
quỷ cổ xưa.

**They must have guessed without guidance what it was they
saw.**

Chắc hẳn họ đã đoán ra những gì mình nhìn thấy mà không
cần hướng dẫn.

What they saw was nothing of this or of any sane planet.

Những gì họ nhìn thấy không giống với những gì trên hành
tinh này hay bất kỳ hành tinh nào khác.

The unbelievable size of the greenish stone blocks.

Kích thước khổng lồ của những khối đá màu xanh lục thật khó
tin.

The dizzying height of the great carven monolith.

Chiều cao choáng ngợp của khối đá nguyên khối được chạm
khắc khổng lồ.

**And then there was the bas-reliefs found on the captured
ship.**

Và sau đó là những bức phù điêu được tìm thấy trên con tàu
bị bắt giữ.

The colossal statues mirrored the scene on the carvings.

Những bức tượng khổng lồ phản chiếu cảnh tượng trên các
bức chạm khắc.

Johansen achieved something very close to futurism.

Johansen đã đạt được một điều gì đó rất gần với chủ nghĩa vị
lai.

**Because he did not describe any definite structure or
building.**

Vì ông ấy không mô tả bất kỳ cấu trúc hay tòa nhà cụ thể nào.

**He dwelled on the broad impressions of vast angles and
stone surfaces.**

Ông tập trung vào những ấn tượng tổng quát về các góc cạnh
rộng lớn và bề mặt đá.

Surfaces too great to belong to anything right or proper for this earth.

Những bề mặt quá rộng lớn để có thể thuộc về bất cứ thứ gì đúng đắn hay phù hợp với trái đất này.

Surfaces impious with horrible images and hieroglyphs.

Bề mặt đầy những hình ảnh và chữ tượng hình kinh khủng, mang tính chất báng bổ.

There is a reason I mention his talk about angles.

Có lý do tôi nhắc đến bài nói chuyện của ông ấy về các góc độ.

It reminds me of something Wilcox had told me of his awful dreams.

Điều này làm tôi nhớ đến điều mà Wilcox đã kể với tôi về những giấc mơ kinh hoàng của anh ấy.

He had said that the geometry of the dream-place he saw was abnormal.

Ông ấy nói rằng hình học của thế giới trong mơ mà ông ấy nhìn thấy là bất thường.

Non-Euclidean spheres unlike anything here on earth.

Những quả cầu phi Euclid không giống bất cứ thứ gì trên Trái đất.

Loathsomely redolent dimensions completely unlike ours.

Những chiều không gian hôi thối kinh tởm hoàn toàn khác biệt với thế giới của chúng ta.

Now a seaman was describing the exact same thing.

Lúc này, một thủy thủ đang mô tả chính xác điều tương tự.

They bad both had the same terrible glimpse of this reality.

Cả hai đều đã có cùng một cái nhìn kinh hoàng về thực tế này.

Johansen and his men landed at a sloping mud-bank.

Johansen và người của ông đổ bộ lên một bờ bùn dốc.

And they looked up at this monstrous Acropolis.

Và họ ngước nhìn lên thành Acropolis hùng vĩ này.

They clambered slippery up over titan oozy blocks.

Họ trườn bò qua những khối đá khổng lồ nhớp nháp.

Blocks which could have been no mortal staircase.

Những khối đá không thể nào là cầu thang của người phàm.

The very sun of heaven seemed distorted in this mist.

Ngay cả mặt trời trên trời cũng dường như bị méo mó trong
màn sương mù này.

**A polarizing miasma welling out from this sea-soaked
perversion.**

Một luồng khí độc hại gây chia rẽ đang bốc lên từ sự biến thái
ngấm đầy biển cả này.

Twisted menace and suspense lurked in those elusive rocks.

Mối nguy hiểm và sự hồi hộp đầy hiểm họa ẩn chứa trong
những tảng đá khó nắm bắt đó.

**A second glance showed concavity where the first showed
convexity.**

Nhìn kỹ hơn lần thứ hai thì thấy chỗ lõm ở nơi mà lần đầu
tiên thấy chỗ lồi.

Something very like fright had come over all the explorers.

Một cảm giác sợ hãi bao trùm lấy tất cả các nhà thám hiểm.

**Each man would have fled had he not feared the scorn of the
others.**

Mỗi người đều đã bỏ chạy nếu không sợ sự khinh miệt của
những người khác.

And it was only half-heartedly that they vainly searched.

Và họ chỉ tìm kiếm một cách hời hợt và vô ích.

They were looking for some portable souvenir to bear away.

Họ đang tìm kiếm một món quà lưu niệm nhỏ gọn để mang
về.

**It was Rodriguez, the Portuguese, who climbed up the foot
of the monolith.**

Chính Rodriguez, người Bồ Đào Nha, đã leo lên chân khối đá
nguyên khối đó.

From there he shouted of what he had found.

Từ đó, ông ta hét lên về những gì mình đã tìm thấy.

The rest followed him to the foot of the monolith.

Những người còn lại đi theo anh ta đến chân khối đá nguyên
khối.

They looked curiously at the immense door in front of them.

Họ tò mò nhìn cánh cửa đồ sộ trước mặt.

The now familiar squid-dragon was carved on the door.

Hình rồng mực quen thuộc giờ đã được chạm khắc trên cánh cửa.

It was, Johansen said, like a great barn-door.

Theo lời Johansen, nó giống như một cánh cửa chuồng lớn.

Although they said it only gave the impression of a door.

Mặc dù họ nói rằng nó chỉ tạo cảm giác như một cánh cửa.

They could not decide if the door lay flat like a trap-door.

Họ không thể quyết định liệu cánh cửa có nằm phẳng như một cánh cửa sập hay không.

Or maybe the opening was slanted like an outside cellar-door.

Hoặc có thể lối vào được thiết kế nghiêng giống như cửa hầm rượu bên ngoài.

As Wilcox would have said, the geometry of the place was all wrong.

Như Wilcox từng nói, hình dạng hình học của nơi này hoàn toàn sai lệch.

One could not be sure that the sea and the ground were horizontal.

Người ta không thể chắc chắn rằng biển và đất liền nằm trên cùng một mặt phẳng.

Hence the relative position of everything else seemed phantasmally variable.

Do đó, vị trí tương đối của mọi thứ khác dường như thay đổi một cách kỳ lạ.

Briden pushed at the stone in several places, without result.

Briden đã dùng tay đẩy vào tảng đá ở nhiều chỗ nhưng không có kết quả.

Then Donovan felt delicately over around the edge of the door.

Sau đó, Donovan nhẹ nhàng sờ soạng xung quanh mép cửa.

He climbed interminably along the grotesque stone molding.

Anh ta leo trèo không ngừng dọc theo đường viền đá kỳ dị.

Although, if you could really call it climbing is debatable.

Tuy nhiên, việc có thể gọi đó là leo núi hay không thì vẫn còn gây tranh cãi.

Perhaps the door was more horizontal than vertical.

Có lẽ cánh cửa đó nằm ngang nhiều hơn là thẳng đứng.

And the men wondered how any door in the universe could be so vast.

Và những người đàn ông tự hỏi làm sao bất kỳ cánh cửa nào trong vũ trụ lại có thể rộng lớn đến thế.

Then, very softly and slowly, something began to happen.

Rồi, rất nhẹ nhàng và chậm rãi, điều gì đó bắt đầu xảy ra.

The acre-great panel began to give inward at the top.

Tấm ván rộng một mẫu Anh bắt đầu lõm vào phía trên.

And they saw that the door had balanced itself.

Và họ thấy rằng cánh cửa đã tự cân bằng.

***

Donovan somehow propelled himself back along the jamb.

Bằng cách nào đó, Donovan đã tự đẩy mình lùi lại dọc theo mép tường.

And everyone watched the queer recession of the monstrously carven portal.

Và mọi người đều chứng kiến sự thoái trào kỳ lạ của cánh cổng được chạm khắc khổng lồ.

In this fantasy of prismatic distortion it moved anomalously in a diagonal way.

Trong ảo ảnh méo mó lăng kính này, nó di chuyển một cách bất thường theo đường chéo.

All the rules of matter and perspective seemed confused.

Mọi quy luật về vật chất và phối cảnh dường như đều lẫn lộn.

The aperture was black with a darkness almost material.

Lỗ khẩu độ tối đen như mực, gần như là một lớp vật chất.

That tenebrousness was indeed a positive quality.

Sự u tối đó quả thực là một phẩm chất tích cực.

The men were spared from seeing the inner walls.

Những người đàn ông đó đã không phải nhìn thấy các bức tường bên trong.

The darkness burst forth like smoke from its eon-long imprisonment.

Bóng tối bỗng bùng lên như khói từ sự giam cầm kéo dài hàng thiên niên kỷ của nó.

The sun was visibly darkened by flapping membranous wings.

Mặt trời bị che khuất rõ rệt bởi những đôi cánh màng đang vỗ.

And the shadow slunk away into the shrunken and gibbous sky.

Và cái bóng lẩn khuất vào bầu trời thu nhỏ và lồi lõm.

The odor arising from the newly opened depths was intolerable.

Mùi hôi bốc ra từ những tầng hầm vừa được khai thông thật khó chịu.

The quick-eared Hawkins thought he heard a nasty, slopping sound.

Hawkins, với đôi tai thính nhạy, cho rằng mình nghe thấy một âm thanh nhớp nháp khó chịu.

His ears were confirmed when It lumbered slobberingly into sight.

Tai anh ta được xác nhận khi nó lầm lũi, nước dãi chảy ròng ròng xuất hiện trước mắt.

Its gelatinous green immensity groped through the black hall.

Khối chất lỏng màu xanh khổng lồ của nó len lỏi khắp sảnh tối.

And Its ooze and smell squeezed through the angled door.

Và chất dịch cùng mùi hôi thối của nó len lỏi qua khe cửa nghiêng.

The Thing went into the tainted air of that poison city of madness.

Sinh vật đó tiến vào bầu không khí ô nhiễm của thành phố điên loạn đầy chất độc đó.

Poor Johansen's handwriting almost gave out when he wrote of this.

Chữ viết của ông Johansen tội nghiệp gần như biến dạng khi ông viết về điều này.

He thinks two men perished of pure fright in that accursed instant.

Ông ta cho rằng hai người đã chết vì quá sợ hãi trong khoảnh khắc đáng nguyền rủa đó.

The Thing cannot be described with our language.

Vật thể đó không thể được mô tả bằng ngôn ngữ của chúng ta.

There are no words for such abysms of shrieking and immemorial lunacy.

Không có từ ngữ nào có thể diễn tả được vực sâu của những tiếng thét và sự điên loạn tột độ ấy.

Eldritch contradictions of all matter, force, and cosmic order.

Những mâu thuẫn kỳ dị của mọi vật chất, lực lượng và trật tự vũ trụ.

A mountain that walked and stumbled on the earth. God!

Một ngọn núi biết đi và vấp ngã trên mặt đất. Chúa ơi!

No wonder that across the earth a great architect went mad.

Chẳng trách sao một kiến trúc sư vĩ đại ở bên kia trái đất lại phát điên.

No wonder poor Wilcox raved with fever in that telepathic instant.

Chẳng trách Wilcox tội nghiệp lại lên cơn sốt trong khoảnh khắc giao cảm đó.

The green, sticky spawn of the stars, was walking the earth.

Sinh vật màu xanh lục, dính nhớp, sinh ra từ các vì sao, đang lang thang trên Trái đất.

The Thing of the idols had awaked to claim his own.

Sinh vật của các thần tượng đã thức tỉnh để đòi lại những gì thuộc về nó.

The stars were aligned again, as was predicted.

Các vì sao lại thẳng hàng như dự đoán.

An age-old cult had failed in their duties.

Một giáo phái lâu đời đã thất bại trong nhiệm vụ của mình.

And a band of innocent sailors fulfilled their role by accident.

Và một nhóm thủy thủ vô tội đã hoàn thành vai trò của mình một cách tình cờ.

After vigintillions of years great Cthulhu was loose again.

Sau hàng tỷ tỷ năm, Cthulhu vĩ đại đã thoát khỏi xiềng xích.

And now great Cthulhu was ravening for delight.

Và giờ đây, Cthulhu vĩ đại đang thèm khát khoái lạc.

Three men were swept up by the flabby claws before anybody turned.

Ba người đàn ông đã bị những chiếc càng mềm nhũn cuốn đi trước khi bất cứ ai kịp quay lại.

God rest them, if there be any rest in the universe.

Cầu mong cho họ được yên nghỉ, nếu vũ trụ này có sự yên nghỉ.

Let it be known that their names were Donovan, Guerrera and Angstrom.

Xin được biết tên của họ là Donovan, Guerrera và Angstrom.

Parker slipped as he was trying to make his escape.

Parker trượt chân khi đang cố gắng tẩu thoát.

The other three were plunging frenziedly back to the boat.

Ba người còn lại thì điên cuồng lao về phía thuyền.

They ran over endless vistas of green-crusted rock.

Họ chạy băng qua những khung cảnh trải dài vô tận của những tảng đá phủ đầy lớp vỏ xanh mướt.

Johansen swears he was swallowed up by an angle of masonry.

Johansen khẳng định mình đã bị nuốt chửng bởi một góc tường xây.

An angle which shouldn't have been there.

Một góc quay lẽ ra không nên có.

An angle which was acute, but behaved as if it were obtuse.

Một góc nhọn nhưng lại có tính chất như góc tù.

Only Briden and Johansen made it back to the boat.

Chỉ có Briden và Johansen trở về được thuyền.

The two men had a moment of good fortune.

Hai người đàn ông đó đã có một khoảnh khắc may mắn.

The mountainous monstrosity flopped down on the slimy stones.

Con quái vật khổng lồ nằm vật xuống những tảng đá trơn trượt.

And the beast hesitated floundering at the edge of the water.

Và con thú do dự, vùng vẫy ở mép nước.

The steam boat had not entirely run out of hot coals.

Chiếc tàu hơi nước vẫn chưa hoàn toàn hết than nóng.
Despite the departure of all men for the shore.
Mặc dù tất cả đàn ông đã rời bến về phía bờ.
Feverishly the two men rushed up and down between wheels.
Hai người đàn ông vội vã chạy lên chạy xuống giữa các bánh xe.
It was the work of only a few moments to get the engine going.
Chỉ mất vài khoảnh khắc để khởi động động cơ.
Amidst the distorted horrors of that indescribable scene.
Giữa những cảnh tượng kinh hoàng méo mó không thể tả xiết đó.
Slowly their boat began to churn the lethal waters beneath her.
Dần dần, con thuyền của họ bắt đầu khuấy động mặt nước nguy hiểm bên dưới.
And they moved along the masonry of that charnel shore.
Và họ di chuyển dọc theo con đường lát đá của bờ biển đầy xác chết đó.
That strange coastline that was not from this world.
Đường bờ biển kỳ lạ ấy dường như không thuộc về thế giới này.

***

The titan Thing from the stars slavered and gibbered.
Sinh vật khổng lồ đến từ các vì sao chảy nước dãi và lảm nhảm.
Like Polypheme cursing the fleeing ship of Odysseus.
Giống như Polypheme nguyền rủa con tàu đang chạy trốn của Odysseus.
Then great Cthulhu slid greasily into the water.
Rồi Cthulhu khổng lồ trườn mình xuống nước một cách nhớp nháp.
Bolder and more daring than the storied Cyclops.

Dũng cảm và táo bạo hơn cả gã người khổng lồ một mắt trong truyền thuyết.

Cthulhu pursued them through the water with cosmic movement.

Cthulhu truy đuổi họ xuyên qua mặt nước với những chuyển động mang tính vũ trụ.

Briden looked back from the ship and started laughing shrilly.

Briden ngoái nhìn lại từ con tàu và bắt đầu cười phá lên.

From that moment Briden continued laughing at odd intervals.

Từ lúc đó, Briden cứ cười liên tục không ngừng.

But Johansen had not given up yet.

Nhưng Johansen vẫn chưa bỏ cuộc.

He knew his ship had no chance of outpacing the thing.

Ông biết rằng con tàu của mình không có cơ hội nào để vượt qua được thứ đó.

So he resolved on taking a desperate chance.

Vì vậy, anh ta quyết định liều lĩnh đánh cược.

He loaded the furnace and set the engine for full speed.

Ông ta chất đầy lò đốt và cho động cơ chạy hết công suất.

And then he ran lightning-like on deck and reversed the wheel.

Rồi anh ta lao nhanh như chớp lên boong và đảo chiều bánh lái.

There was a mighty eddying and foaming in the noisome brine.

Nước mặn bốc mùi hôi thối cuộn xoáy và sủi bọt dữ dội.

The steam mounted higher and higher into the sky.

Hơi nước bốc lên ngày càng cao vào bầu trời.

And the brave Norwegian reversed the course of the chase.

Và người Na Uy dũng cảm đã đảo ngược tình thế cuộc truy đuổi.

Before him rose the unclean froth like the stern of a demon galleon.

Trước mặt hắn là những bọt bẩn thỉu nổi lên như đuôi một chiến thuyền ma quỷ.

He drove his vessel head on against the pursuing jelly.

Ông ta lái con tàu của mình lao thẳng vào đám sứa đang đuổi theo.

The awful squid-head came nearly up to the yacht's bowsprit.

Cái đầu mực gớm ghiếc gần như chạm tới mũi tàu của chiếc du thuyền.

But Johansen drove on relentlessly against the writhing feelers.

Nhưng Johansen vẫn kiên trì tiến về phía trước bất chấp những tín hiệu lung lay.

There was a bursting as of an exploding bladder.

Có tiếng nổ như thể bàng quang sắp vỡ.

There was a slushy nastiness as of a cloven sunfish.

Có một mùi hôi thối nhớp nháp như cá mặt trời bị chẻ đôi.

There was a stench as of a thousand opened graves.

Có một mùi hôi thối như của hàng nghìn ngôi mộ bị đào bới.

And there was a sound the chronicler did not put on paper.

Và có một âm thanh mà người ghi chép lịch sử đã không ghi lại.

For an instant the ship was befouled by an acrid cloud.

Trong chốc lát, con tàu bị bao phủ bởi một đám mây mùi hăng nồng.

The green cloud blinded Johansen and the mad man.

Đám mây xanh che khuất tầm nhìn của Johansen và gã điên.

And then there was only a venomous seething astern.

Và rồi chỉ còn lại một làn sóng độc hại cuộn trào phía sau.

But God in heaven! What the two men saw next;

Nhưng lạy Chúa trên trời! Hai người đàn ông đã nhìn thấy gì tiếp theo;

The scattered plasticity of that nameless sky-spawn.

Tính dẻo phân tán của sinh vật vô danh từ bầu trời ấy.

The injured thing was nebulously recombining.

Vật thể bị thương đang tái cấu trúc một cách mơ hồ.

Soon Cthulhu would be back in its hateful original form.

Không lâu sau, Cthulhu sẽ trở lại với hình dạng nguyên thủy đầy thù hận của nó.

But their distance was widening with every second.

Nhưng khoảng cách giữa họ ngày càng xa dần theo từng giây.

The ship was gaining impetus from its mounting steam.

Con tàu đang tăng tốc nhờ hơi nước ngày càng mạnh.

And eventually the cursed city was over the horizon.

Và cuối cùng, thành phố bị nguyền rủa đã hiện ra phía chân trời.

***

He did not try to navigate after their lucky escape.

Sau khi thoát hiểm trong gang tấc, anh ta không cố gắng định hướng nữa.

His reaction had taken something out of his soul.

Phản ứng đó đã lấy đi một phần nào đó trong tâm hồn anh ta.

He spent his time brooding over the idol in the cabin.

Ông dành thời gian trầm ngâm bên bức tượng thần trong căn nhà gỗ.

He looked after the laughing maniac in the boat.

Anh ta trông nom gã điên đang cười trên thuyền.

And he attended to a few matters such as food.

Và ông ấy cũng giải quyết một vài việc như ăn uống.

Then came the storm of April 2nd.

Rồi cơn bão ngày 2 tháng 4 ập đến.

On that day clouds gathered over his consciousness.

Vào ngày đó, những đám mây đen bao phủ tâm trí anh.

There is a sense of pure and refined delirium.

Có một cảm giác mê sảng thuần khiết và tinh tế.

Spectral whirling through liquid gulfs of infinity.

Xoáy lốc quang phổ xuyên qua những vực sâu vô tận của chất lỏng.

Dizzying rides through reeling universes on a comet's tail.

Những chuyến phiêu lưu chóng mặt xuyên qua các vũ trụ quay cuồng trên đuôi sao chổi.

Hysterical plunges from the pit to the moon.

Những cú lao dốc điên cuồng từ vực sâu lên tận mặt trăng.

And he plunged back again from the moon to the pit.

Và hắn lại lao mình từ mặt trăng xuống vực sâu.

A cachinnating chorus of the distorted, hilarious elder gods.

Một dàn đồng ca ồn ào, méo mó của các vị thần cổ xưa đầy hài hước.

And the green bat-winged mocking imps of Tartarus.

Và những con quỷ nhỏ màu xanh lá cây có cánh dơi, chuyên chế nhạo người dân Tartarus.

Out of that dream came rescue; the ship Vigilant.

Từ giấc mơ đó đã xuất hiện sự cứu rỗi; con tàu Vigilant.

The vice-admiralty court and the streets of Dunedin.

Tòa án phó đô đốc và đường phố Dunedin.

The long voyage back home to the old house by the Egeberg.

Chuyến hành trình dài trở về ngôi nhà cũ bên bờ núi Egeberg.

He could not tell anyone of what he had seen.

Anh ta không thể kể cho ai biết những gì mình đã thấy.

Had he told the truth they would have thought he had gone mad.

Nếu anh ta nói sự thật, họ sẽ nghĩ anh ta đã phát điên.

So he secretly wrote of what he knew before death came.

Vì vậy, ông đã bí mật viết lại những gì mình biết trước khi qua đời.

"Death would be a boon if only it could blot out the memories."

"Cái chết sẽ là một điều tốt lành nếu nó có thể xóa sạch những ký ức."

That was the document Johansen left behind.

Đó là tài liệu mà Johansen để lại.

And now I have placed this document in the tin box.

Và giờ tôi đã đặt tài liệu này vào trong hộp thiếc.

In the box is also the dream carved bas-relief.

Bên trong chiếc hộp còn có bức phù điêu chạm khắc hình giấc mơ.

And I have included the papers of Professor Angell.

Và tôi đã đính kèm các bài báo của Giáo sư Angell.

With this box shall go this record of mine.

Cùng với chiếc hộp này sẽ là hồ sơ của tôi.

These notes have become a test of my own sanity.

Những ghi chép này đã trở thành một phép thử đối với sự tỉnh táo của chính tôi.

But I hope my discoveries are never be pieced together again.

Nhưng tôi hy vọng những khám phá của tôi sẽ không bao giờ bị ghép lại với nhau nữa.

I have looked upon all that the universe has to hold of horror.

Tôi đã chứng kiến tất cả những điều kinh hoàng mà vũ trụ này chứa đựng.

But now even the skies of spring are darkness to me.

Nhưng giờ đây, ngay cả bầu trời mùa xuân cũng trở nên u ám đối với tôi.

Even the flowers of summer are forever poison to me.

Ngay cả những bông hoa mùa hè cũng mãi là chất độc đối với tôi.

But I do not think my life will be long.

Nhưng tôi không nghĩ mình sẽ sống lâu.

As my uncle went, so shall my end come.

Như chú tôi đã ra đi, thì tôi cũng sẽ ra đi theo con đường đó.

As poor Johansen went, so shall my time come.

Như Johansen tội nghiệp đã ra đi, thì thời của tôi cũng sẽ đến.

I know too much, and the cult still lives.

Tôi biết quá nhiều, và giáo phái đó vẫn còn tồn tại.

Cthulhu still lives, too, I can only suppose.

Tôi chỉ có thể đoán rằng Cthulhu vẫn còn sống.

I assume Cthulhu is again in that chasm of stone.

Tôi cho rằng Cthulhu lại đang ở trong vực sâu bằng đá đó.

The city which has shielded him since the sun was young.

Thành phố đã che chở cho ông từ thuở mặt trời còn non trẻ.

I know his accursed city is sunken once more.

Tôi biết thành phố đáng nguyền rủa của hắn đã chìm xuống biển một lần nữa.

The crew of the Vigilant sailed over the spot after the April storm.

Thủy thủ đoàn của tàu Vigilant đã đi qua khu vực đó sau cơn bão tháng Tư.

But his ministers on earth still worship his return.
Nhưng các tôi tớ của ông trên trần gian vẫn tôn thờ sự trở lại của ông.
In lonely places they congregate around their idol.
Ở những nơi vắng vẻ, họ tụ tập xung quanh thần tượng của mình.
And they bellow and prance and slay in satanic ritual.
Và chúng gào thét, nhảy múa và giết chóc trong nghi lễ ma quỷ.
He must have been trapped by the sinking of his black abyss.
Chắc hẳn ông ta đã bị mắc kẹt bởi vực sâu đen tối đang chìm xuống.
Or else the world would by now be screaming with fright and frenzy.
Nếu không thì giờ đây cả thế giới đã gào thét trong sợ hãi và hoảng loạn rồi.
Who knows how the end will come about?
Ai biết được kết cục sẽ ra sao?
What has risen may sink, and what has sunk may rise.
Cái gì đã nổi lên có thể chìm xuống, và cái gì đã chìm xuống có thể nổi lên.
Loathsomeness waits and dreams in the deep.
Sự ghê tởm ẩn náu và mơ mộng trong bóng tối sâu thẳm.
And decay spreads over the tottering cities of men.
Và sự suy tàn lan rộng khắp những thành phố đổ nát của loài người.
A time will come where that city rises out the sea again.
Rồi sẽ đến lúc thành phố ấy lại nổi lên từ biển cả.
But I must not think about when that day will come!
Nhưng tôi không được nghĩ đến ngày đó sẽ đến lúc nào!
I have one prayer if this manuscript outlives me.
Tôi chỉ có một lời cầu nguyện nếu bản thảo này tồn tại sau khi tôi qua đời.
I pray my executors put caution before audacity.
Tôi cầu mong những người thi hành di chúc của tôi sẽ thận trọng hơn là liều lĩnh.

I pray this manuscript meets no other eyes.
Tôi cầu mong bản thảo này sẽ không bao giờ lọt vào tay bất kỳ
ai khác.

***

**Found among the papers of the late Francis Wayland
Thurston, of Boston.**
Được tìm thấy trong số các giấy tờ của cố Francis Wayland
Thurston, ở Boston.